அடையாளமற்றிருத்தல்

அகத்துறும் புற்றானையகம்

அடையாளமற்றிருத்தல்

சம்பூர் வதனரூபன்

வடலி

அடையாளமற்றிருத்தல்

சம்பூர் வதனரூபன்

முதல் பதிப்பு: அக்டோபர் 2013

வெளியீடு: வடலி வெளியீடு
8கி, அழகிரி நகர் 4வது தெரு
லட்சுமிபுரம், வடபழனி
சென்னை 26
மின்னஞ்சல்: sales.vadaly@gmail.com
www.vadaly.com

© ஆசிரியருக்கு

விலை: RS 70

விற்பனை மற்றும் தொடர்புகளுக்கு
தமிழ்நாடு: +91 97892 34295
கனடா: +164789 63036

Adayaalamatriruthal

Samboor Vadhanaruban

First Published: October 2013

by Vadaly Veliyeedu
8A, Azhagiri Nagar 4-th st
Lakshmipuram
Vadapalani
Chennai - 26
email : sales.vadaly@gmail.com
www.vadaly.com

© Author

Price: RS 70

நன்றிகள்

- பதுளை சுபதீபன்
- ச.சத்யதேவன்
- பிரதீபா தில்லைநாதன்
- மு.மயூரன்
- யோ.கர்ணன்
- கலாநிதி பாலசுகுமாறன்
- 'நீங்களும் எழுதலாம்' கவிதை இதழ்
- 'வார்ப்பு' இணையதள சஞ்சிகை
- 'கள்' இணையதள சஞ்சிகை

சதுரங்கப் பலகையில் சம்பூரின் அமைவிடம்	08
தமது காலத்தையும், போக்கையும் நிமிர்ந்து எதிர்கொண்டு எழுதப்பட்டவை பற்றி சில வரிகள்	15
தேர்தல் பற்றித் தெளிதல்	18
அடையாளங்களற்றிருத்தலும் அன்னியமாகித் திரிதலும்	20
யுத்தமில்லாத யுத்தகாலத்திலிருந்து விடுபடுதலின் பின்னாக	23
கைகள் உள்ளவரெல்லாம் கவனிக்கவும்	26
விரட்டப்படும் அப்பாவிகளும் மீட்பர்களும்	29
தேசத்தின் வரைபு	31
எனக்குப் பிடித்த வில்லுக் குளமும் வெண் தாமரைப் பூக்களும்	33
கண்ணாடி முட்டை	35
மனநோயாளர்களின் பிரக்ஞையும் மாறுபடும் கருத்தியலும்	37
சித்தார்த்தனும் வீதி வலமும்	39
ஆளற்றுத் தனித்த வெளிகள்	41
இருளும் உலகம்	42
போராளிகளான அப்பாவிகளையும் அடிமைகளான பயங்கரவாதிகளையும் பற்றி பேசுதல்	44
முகம் மாறி மாறி வந்த அசுரர்கள்	47
தனித்ததான உடன்பாடுகள்	50
மீண்டெழும் நாளில்	51
வாழ்தலின் நிதானம்	52
அப்பாவிகளின் சார்பாக	54
மாறுபாடான முகங்கள்	56
தொலை வெளியிலிருந்து	58
நிரந்தரமில்லாத இருப்போடு எச்சில் உமிழும் எனது சுதந்திரம்	60
வென்றவர்களும் இன்னும் வெல்லாதவர்களும்	62
நாயகஷ் மட்டுமே இருப்பதன் சாத்தியம்	64
புத்தனின் பெயரால் கொல்லப்பட்ட மரங்கள்	66
நெடுநாட் பழகிய நண்பனைப் போல மரணம் அழைத்துச் செல்லும்	69
பலியாடுகள்	71

வெருளிகளோடான வாழ்வில்	72
புலர்வுகள்	73
குமிழ் உடைந்த பேனா	75
இப்படிக்கு, தாய் நிலமின்றிய அண்ணன்.	77
தமிழர் யாருமே..	79
என் ஊரில் 07.07.90 இல்...	84
அந்நியமாகும் நிலம்	83
கலைக்கப்பட்ட பட்டுவேட்டிக் கனவுகளும் களவாடப்படும் கோவணங்களும்.	85
கண்ணனற்றுத் திரிதல்	87
இன்னும் பிடிக்கிறது	88
காத்திருப்பு	89
வாழ்க்கையின் வெளி	90
நிலைத்திருத்தலின் பாடுகள்	91
சிலுவை மரங்கள்	92
புலத்தில் வாழும் (சுதேச) நண்பனே	93

சதுரங்கப்பலகையில் சம்பூரின் அமைவிடம்

"இப்போதும்

மரநிழலில் இருந்தபடியே

என் ஆச்சி

சருகு பொறுக்கிச் சேர்ப்பாள்.

கேட்டால்

பயிர் வளர உரம் இடுவாளாம்

சிரிப்பு வரும்.

அவள் வாழ்வது அகதிமுகாம் என்பது

எப்பொழுதும்அவளுக்கு நினைவில் வராது.

இலங்கையின் அண்மைக்கால அரசியல் நடப்புக்கள் பற்றியும் இலங்கையின் தேசிய இன முரண்பாடு பற்றியும் போர் பற்றியும் ஓரளவுக்கேனும் அறிந்து வைத்திருக்கும் வாசகர்களுக்கு, சம்பூர் வதனரூபனின் இக் கவிதைத்தொகுப்பிலுள்ள கவிதைகள் சொல்லவரும் பொருளையும் தொற்ற நினைக்கும் உணர்வினையும் புரிந்துகொள்வதிற் சிரமங்கள் அதிகம் இராது.

எனினும், இக்கவிதைகள் உருவாகி எழுந்த பிரதேசத்தினையும் 2005இற்குப் பின்னரான அப்பிரதேசத்தின் அரசியற் போக்குகளையும் அப்பிரதேசத்து மக்களின் வாழ்வையும் அறிந்துவைத்திருப்பது இக்கவிதைகளைப் படிக்கும் வாசகர்களுக்குச் சிலவேளை உதவியாக அமையக்கூடும்.

"எனக்குப் பிடித்த வில்லுக்குளம்

அதில்

உனக்குப் பிடித்த வெண் தாமரைப் பூக்கள்.

அறிந்தேன்..இப்போது எனக்கென்று நீயும்

வில்லுக்குளத்தில் தாமரையும் இல்லையென்று."

45% இற்கு மேற்பட்டவர்கள் விவசாயத்தையும் 35% இற்கு மேற்பட்டவர்கள் மீன்பிடித்தொழிலையும் செய்துவந்த தன்னிறைவான நிலம் சம்பூர். போர்க்காலத்திலும் போருக்குப் பின்னான காலத்திலும் இலங்கையினது அரசியலில் சம்பூர் எனும் சிறு கிராமம் மிகவும் முக்கியமானதாய் இருந்துவருகிறது. இனப்படுகொலையுடன் நிறைவுற்ற இறுதிப்போரின்

உச்சகட்டக் காட்சிகள் அரங்கேறிய பகுதிகளில் எல்லாம் பெயரளவிலாவது மக்கள் மீளக் குடியமர்த்தப்பட்டுவரும் நிலையில், போரின் தொடக்கத்திலேயே இலங்கை அரசபடையினரால் கைப்பற்றப்பட்டுவிட்ட சம்பூர் கிராமத்து மக்கள் இன்னமும் தமது ஊருக்குப் போக அனுமதியற்று அகதிமுகாம்களில் வாழ்ந்து வருவது ஒன்றே இந்த அரசியல் முக்கியத்துவத்தினை எளிதாக விளங்கப்படுத்திவிடும்.

இங்கே தொகுக்கப்பட்டிருக்கும் வதனரூபனின் கவிதைகள் பெரும்பாலும் 2005-2006 இற்குப் பின்னான சம்பூரினதும் மூதூர் கிழக்கினதும் அரசியல் நிலவரத்தின் உறுத்தலாலும் உந்துதலாலும் உருவானவை. இப்பிரதேசத்தில் இந்த 2005-2006 ஏன் தெளிவான ஒரு காலப் பிரிகோடாக அமைகிறது?

அமைதிகாக்கும் படை என்ற பெயரில் இலங்கையில் நிலைகொண்டிருந்த இந்தியப்படை வெளியேறியதன் பிற்பாடு சம்பூர் விடுதலைப்புலிகளுடைய கட்டுப்பாட்டின் கீழும் அவர்களால் ஒழுங்கமைக்கப்பட்டிருந்த நிர்வாகத்தின் கீழுமே இருந்துவந்தது. இலங்கை இராணுவத்துக்கும் விடுதலைப்புலிகளுக்கும் இடையிலான சண்டைகளும் அவ்வப்போது நிகழும் படுகொலைகளும் தொண்ணூறுகளின் 'டயர்' போடல்களும் இப்பகுதிகளில் நடந்துவந்தபோதும் அவையெதுவும் பெரியளவில் சம்பூர் மக்களை அவர்கள் வாழ்விடங்களிலிருந்து பிடுங்கியெறியவில்லை. மூதூரில் விடுதலைப்புலிகள் மிகவும் பலமாக இருந்த பகுதிகளுள் சம்பூரும் ஒன்று.

2006 ஏப்ரல் 25ம் திகதி கொழும்பில் சரத் பொன்சேகா மீது விடுதலைப்புலிகள் தொடுத்த தற்கொலைத் தாக்குதலை உடனடுத்து சம்பூர் மீது பெருமெடுப்பில் வான்வழித்தாக்குதல்களை இலங்கை வான்படை நடத்தியது. சம்பூர் மக்களுக்கு இது அச்சம் கலந்த வியப்பாக இருந்தது. முன்னரொருபோதும் இல்லாதவாறு சம்பந்தமே இல்லாமல் இத்தாக்குதல் நடத்தப்பட்டதுபோல் தோன்றினாலும், சம்பூர் மக்களைத் தமது வாழ்விடங்களிலிருந்து பிய்த்தெறிந்த ஒரு போரின் தொடக்கமாக அமைந்த அத்தாக்குதலுக்கான விதை 2005இல் போடப்பட்டது. திருகோணமலையின் வரைபடத்தில் சம்பூர் அமைந்திருக்கும் இடத்தினை அவதானித்தால், சம்பூரைக் கட்டுப்பாட்டுக்குள் வைத்திருப்பவர் திருகோணமலைத் துறைமுகத்தினையும் கடற்படைத்தளத்தினையும் தமது கட்டுப்பாட்டுக்குள் வைத்திருப்பர் என்கிற உண்மை புலப்படும்.

2006 இல் விடுதலைப்புலிகள் மாவிலாற்றினை வழிமறித்தார்கள். சம்பூரிலிருந்து திருகோணமலைக் கடற்படைத்தளத்தை நோக்கித் தாக்குதல் நடத்தினார்கள். இவ்விரு சம்பவங்களையும் சாட்டாகவைத்துக்கொண்டு போர் நிறுத்த உடன்படிக்கையையும் மீறி இலங்கை இராணுவம் போர் ஒன்றினை அறிவித்துச் சம்பூரினைத் தனது கட்டுப்பாட்டினுள் கொண்டு வந்தது. சம்பூர் மக்கள் அனைவரும் அகதிகளாக்கப்பட்டனர். இன்றுவரை அவர்கள் மீளக் குடியேற்றப்படவில்லை. சம்பூரில் அமைந்துள்ள கோயில் திருவிழாவில் கலந்துகொள்ள அனுமதிக்கப்பட்டார்கள். ஆனால் தமது இருப்பிடங்களைச் சென்று பார்க்க அனுமதிக்கப்படவில்லை.

பெருத்த நிகழ் தருகிறதென்று புத்தர் கீழே குந்தினாரோ..

வேறு மரம் கிடைக்காமல் அரசின் கீழ் அமர்ந்தாரோ..

புத்தரிருக்கப் புண்ணியம் செய்த மரம்

பாவம்..

தமிழன் பூமியில் அச்சுறுத்தலுக்கானது.

அந்த ஊருக்குரிய மக்களுக்குத்தாம் இன்னமும் அவ்வூருக்கு அனுமதி மறுக்கப்படுகிறதேயொழிய இந்தியா உட்பட்ட பன்னாட்டு அரசுகளினதும் முதலாளிகளினதும் இலாப வேட்டைக்கும் வளச்சுரண்டலுக்குமாக சம்பூர் எனும் வளமான பூமி மாலையிடப்பட்டுத் தண்ணீர் தெளிக்கப்பட்டு தயாராகவே வைக்கப்பட்டுள்ளது. சம்பூரின் 5000 ஹெக்டேயர் நிலப்பரப்பு "உயர் பாதுகாப்பு வலயம்" என்ற பெயரில் கடற்படையின் கட்டுப்பாட்டுக்குள் உள்ளது. இவ்விடத்திற்தான் இந்தியாவின் பாரிய நிலக்கரி மின் நிலையமும் 4000மில்லியன் அமெரிக்க டொலர்கள் செலவில் நிர்மாணிக்கப்படவுள்ள வரி விலக்களிக்கப்பட்ட மிகப்பெரிய பன்னாட்டு முதலீட்டு வலயமும் உருவாகவுள்ளன (யாழ்ப்பாணத்தின் வலிகாமம் உட்பட்ட இலங்கையின் ஏனைய பகுதிகளில் உள்ள பெரும்பாலான இராணுவ அதி உயர் பாதுகாப்பு வலயங்கள் அனைத்தினதும் கதை இதுதான்).

சிற்சில இடங்களில் மீனவர்கள் தொழிலைத்தொடங்கவும் விவசாயிகள் நிலங்களைப் பயன்படுத்தவும் அனுமதிக்கப்பட்டிருக்கிறார்களெனினும் இது மிக மிகச் சொற்பமான ஆட்களுக்கு மட்டுமே கிடைத்துள்ள வாய்ப்பாகும். அதுவும் நிரந்தரமானது என்பதற்கு எந்த உறுதியும் இல்லை.

இவற்றுடன் கூடவே சம்பூர் என்ற பெயர் தமிழ்ப்பெயர்போல் தொனிப்பதால் "சோமபுர" என்று சிங்கள ஓசையுடைய பெயரால் இதனை இனவாதிகள் அழைக்கத் தொடங்கியுள்ளார்கள். இப்பெயரையே பொதுப்போக்கிலும் பயன்படுத்த அவர்கள் முனைகிறார்கள். கிடைக்கின்ற அரசமரங்களின் கீழெல்லாம் புத்தர் சிலை வைத்து தமிழ், முஸ்லிம் பிரதேசங்களைச் சிங்கள பௌத்த பூமியாக்கும் வழக்கமான பேரினவாத நடவடிக்கைகளும் முடுக்கப்பட்டுள்ளன. இலங்கையில் சிறுபான்மைத் தேசிய இனங்களான தமிழர்களையோ முஸ்லிம்களையோ மலையகத்தமிழர்களையோ தொடர்ச்சியான நிலப்பரப்பில் வாழவிடாமல் சிங்கள பௌத்தக் குடியேற்றங்கள் மூலம் ஊடறுக்கும் நிகழ்ச்சிநிரலே இதுவாகும். அமைதியான புத்தர் சிலை இலங்கையின் சிறுபான்மை மக்களுக்குக் கொடூரமான வன்முறைக் குறியீடாக மாறி நிற்கிறது.

சிங்கள மக்களுக்கும் எதிரிகளாக, சிங்கள பௌத்தர்களையும் சுரண்டும் இந்த ஆளும் அதிகார வர்க்கம் கையிலெடுத்துள்ள இனவாதம் கூட ஓர் அடக்குமுறைக்கருவி மட்டுமே.

பாசிச ஆட்சியும் இராணுவச் சர்வாதிகாரமும் சிங்கள பவுத்த பேரினவாத ஒடுக்குமுறையும் ஒருபுறம் அழுத்துகின்றன. பாசிசத்தை ஒட்டி உண்டு வாழும் சந்தர்ப்பவாத அரசியல் வாதிகள் ஒருபுறம் சுரண்டுகின்றனர், மக்களைச் சார்ந்திராத மேட்டுக்குடிகளின் வெறும் தேர்தல் அரசியற் தமிழ்த்தேசியக்

கட்சிகள் ஒருபுறம் ஏமாற்றுகின்றன. இவற்றுக்கு நடுவே, நிமிர்ந்து வாழ்ந்த பழைய வாழ்க்கையின் நினைவுகளை மட்டும் சுமந்துகொண்டு, தம்மிடமிருந்து தமது நிலம் நிரந்தரமாகவே பிரிக்கப்பட்டுவிட்டதோ என்ற ஏக்கத்தைச் சுமந்துகொண்டு, அரசியல் எதிர்காலமும் இன்றி, வாழ்க்கைக்கும் பாதுகாப்புக்குமான உத்தரவாதமும் இன்றி வாழ்கின்ற அம்மக்களின் அந்தரித்த நிலையின் பல்வேறு வெளிப்பாடுகளைத்தாம் இக்கவிதைகள் தமது உள்ளடக்கமாகக் கொண்டிருக்கின்றன.

குறிப்பாக, வாக்குச்சீட்டுத் தேர்தல் அரசியல் மாய்மாலங்களையும் போருக்குப்பின் தமிழ்ப்பகுதிகளில் பொதுப்போக்கு அரசியலாக மாறிப்போயுள்ள வெறும் வாய்ச்சவடால் தமிழ்த்தேசிய அரசியலின் பொய்முகத்தையும் மிகுந்த கோபத்தோடு விமர்சிக்கும் கவிதைகள் பல இத்தொகுப்பினுள் அடங்குகின்றன. "கடிக்கும் பூனை இல்லவிடினும் கத்தித்திரியும் பூனை ஒன்றையாவது" வளர்க்க வேண்டிய அவல நிலைக்குச் சம்பூர் மக்களைத் தள்ளியிருக்கும் தமிழ்த்தேசிய அரசியலின் வங்குறோத்து மீதான இந்தக்கடுங்கோபம், மக்கள் மீது அக்கறை கொண்ட நியாயமானதொரு அரசியற்கோபம்.

பிரிவினைவாதத்தை ஒழித்தல், பயங்கரவாதத்தைத் தோற்கடித்தல், நக்சல்பாரிகளை நசுக்குதல், ஜனநாயகத்தை நிலைநாட்டுதல் என்ற நூற்றுக்கணக்கான அழகான பெயர்களைச்சூடிய போர்கள் உலகம் முழுவதும் மக்களை வேரோடும் வேரடி மண்ணோடும் அவர்களது வாழ்விடங்களிலிருந்து பிய்த்தெறிந்துவிட்டு வளம் மிக்க அம்மக்களது நிலத்தை இலாப வேட்டைக்கும் பேராசைக்கும் தாரைவார்க்கின்ற கதைகள் சமகாலத்தின் அன்றாடச் செய்திகள். இன்றைய உலக ஒழுங்கின் மாபெரும் சதுரங்கப்பலகையில் எவரெவரதோ ஆட்டங்களுக்காக எதற்கு வெட்டப்படுகிறோம் என்றே தெரியாமல் வெட்டப்பட்டு வீழும் மதிப்பற்ற வெறும் காய்களான மக்களது உள்ளத்தினை இக்கவிதைகள் சிறிதளவிலேனும் பதிவு செய்ய முயன்றிருக்கின்றன.

மண்ணை நேசித்த எல்லோராலும்

எல்லா நேரத்திலும்

மண்புழுக்களைப்போல

நிராகரிக்க முடியாதவர்களாக

மண்ணிற்குள்ளும் வெளியிலுமாக சேமிக்கப்படுகிறோம்.

அப்பாவிகளின் பகல்களின் மீது

கரியள்ளிப் பூசுகிறவர்கள்

இன்னும் வென்றுவிடவில்லை.

———

மு. மயூரன்.

திருகோணமலை.

25-04-2013

சமர்ப்பணம்
பூர்வீக நிலம் பறிக்கப்பட்ட எனதூரின் மக்களுக்கும்
உரிமைகளுக்காக உயிர்விட்ட அப்பாவிகளுக்கும்

தமது காலத்தையும், போக்கையும் நிமிர்ந்து எதிர்கொண்டு எழுதப்பட்டவை பற்றி சில வரிகள்

கவிதையொன்றின் உச்சத்தினை அதன் அழகியலே தீர்மானிக்கின்றது. கவிதையின் அழகியலை அதன் மொழிநடை, சம்பவப் பின்னணி, கவிஞன் வாழும் சமூகம், அவர்களின் வாழ்வியல் இருப்பு என்பன பகிர்ந்து கொண்டாலும், கவிதை ஆக்கப்படும் காலச்சூழலும், சமூக வாழ்வியல் பாங்குமே பெருமளவில் ஆதிக்கம் செலுத்துகிறது. ஒவ்வொரு பிரதியிலும் இதன் ஊடாடலை கவனிக்க முடியும். மொழிப்பிரயோகம், அதன் வழியாக நடமாடும் மனிதர்களின் இயல்புகள், இருப்பு, வாழ்க்கைவெளி என குறித்த படைப்பு கருக்கொள்ளும் சமூகத்தின் அழகியலை முழுவதுமாக படைப்பாளன் தனது பிரதியில் வெளிக்காட்டும் போது அப்பிரதி குறித்த சமூகத்தின் அக்காலத்தினுடைய வாழ்வியல் விம்பமாக பதிவாகி விடுகிறது. சிலவேளை பிரதியாளன் சுய இயல்புகளையும், விருப்பு வெறுப்புகளையும், தேவைகளையும் தனது முழுச்சமூகத்தின் பண்பாக பிரதியாக்கும் சந்தர்ப்பங்களும் தவிர்க்க முடியாததாகி விடுகிறது.

தவிர கவிதைக்கென நியமிக்கப்பட்ட எந்த மொழிவடிவமும் கிடையாது என்பதை நீங்களும் ஏற்றுக்கொள்ளலாம். பொதுவில் வழங்கப்படும் மொழி வடிவமல்லாத பல்வேறு பேச்சு மொழிப் பிரயோகங்களை மிகச் சாதாரணமாக இன்றைய மாற்றிலக்கியப் பிரதிகளில் காணமுடியும். அவை குறித்த அப்பிரதிகள் வெளிக் காட்டும் சமூகத்தினுடைய மொழியழகியலை வெளிப்படுத்தி நிற்பனவாகும். இத்தொகுதியை உங்கள் கையில் எடுக்கும் ஒவ்வொரு தடவையும், விழிநாட்டும் ஒவ்வொரு நொடியும் இந்த வாக்குமூலத்தை நினைவுபடுத்துவது கட்டாயமாகும்.

இத்தொகுதியில் இடம்பெறும் கவிதைகள் என என்னளவில்

ஏற்றுக்கொள்ளப்பட்ட ஒவ்வொன்றும் பல்வேறு காரணங்களாலும் தொடர்புகளாலும் வெவ்வேறானவையும் தனித்துவமானவையும் ஆகும். இவை ஒரு தொகுதிக்கெனவோ, அவசரப் பதிப்பிற்காகவோ சில இரவு, பகலில் எழுதிக்குவித்தவைகள் அல்ல. வாழ்வியலின் நெருக்குவாரங்கள் எனது தொண்டையை இறுக்கிய போதெல்லாம் அப்போதைய நொடிகளின் வலியையும், கோபத்தையும், உணர்ச்சிகளையும் குறித்துக்கொண்ட பதிவுகளின் தொகுப்புகளாகும். அவற்றில் பல முதல் வரைவுடனேயே முடிக்கப்பட்டவையெனினும், சில பின்னர் செதுக்கப்பட்டவைகளாகும்.

எனது பூர்வீக நிலத்தில் இருந்து ஓர் நள்ளிரவில் விரட்டப்பட்டு, வாழ்வின் வேரறுந்து, தனித்த பொட்டல்வெளிக் கூடாரங்களில் அனல் மூடக்கிடந்த காலங்களிலும், என் மக்களின் அவலங்களைத் தினமும் காணும்போதும் அதற்கு காரணமானவர்களிடம் இந்நிலைக்காக கெஞ்சவோ, வருந்தி அழவோ, விதியென நொந்து கொள்ளவோ என்னால் இப்போதும் முடிவதில்லை. பதிலாக அதற்கான சிறு எதிர்த்தலையும், அதிகாரப் பேய்களின் வெறித்தனங்களை, அடக்குமுறைகளை மறுத்தலையும், நிராகரித்தலையும் எனது உணர்வளவிலாவது வெளிப்படுத்த இப்பிரதிகள் ஊடே இழைத்துவிடுவதில் என்னளவில் திருப்திப்பட்டுக்கொள்கிறேன்.

இதில் அடங்கும் பிரதிகள் அனைத்தையும் நான் எழுதினேன் என்பதை விடவும், இத்தொகுப்பு வெளிவருவதிலேயே அதிக மகிழ்வடைகிறேன். அதனை சாத்தியமாக்கிய செயலின் பெரும்பங்கு தம்பி சத்தியதேவனை சாரவேண்டியது. அவன் என்னை "தனித்தலையும் குரல்" என்பான். அதில் உண்மையும் உண்டு. மாமேதை பவ்லோவிற்கும் எலியட்டிற்கும் இடையிலான உறவு எவ்விதம் வலுப்பெற்றிருந்ததோ அத்தகையதொரு தொடர்பு நிமித்தம் அவனும் எனக்கு வாய்த்த எலியட் என்பேன். இதில் அடங்கியுள்ள பல பிரதிகளை அவனது முதல் வாசிப்பின் பின்னர் இறுதிப் பிரதியாகவே முடித்திருக்கிறேன். எனது இலக்கிய வழிகளில் இடறிய முட்களை பல இடங்களில் விலக்கிவிட்டதற்கான எனது நன்றியுணர்வு நியாயமாக அவனுக்குமுரியது. அவனைப்போலவே எனது உயிர்தோழன் பதுளை சுபதீபனையும் குறிப்பிடுவேன். நான் கவிதையென்று எழுதத் தொடங்கிய காலம் முதல் இன்றுவரை அவன் படும்பாடு யாருமறியார். இத்தொகுதி வெளிவருவதில் எனதளவு அக்கறை அவனுக்குமுண்டு. முன்னைய தொகுதியின் போதும் பதிப்பிற்கான முழு வேலைகளையும் அவனே செய்திருந்தான். இதிலும் கூட அவனது உழைப்பு அதிகமானது. அவ்வப்போது எனது எழுத்துக்களை இலத்திரனியல் பதிவேற்றம் செய்ததுவும் உண்டு. இதற்கெல்லாம் நன்றியெனச்சொல்லி முடித்துவிட முடியாது.

மேலும், இத்தொகுதியில் அடங்கும் 'குமிழ் உடைந்த பேனா', 'இப்படிக்கு', 'தாய் நிலமின்றிய அண்ணன்', 'தமிழர் யாருமே', 'என் ஊரில் 07.07.90இல்', 'அந்நியமாகும் நிலம்' 'புலத்தில் வாழும் (சுதேச) நண்பனே' ஆகியன 2006இல் வெளிவந்த எனது முன்னைய தொகுப்பான 'குறைந்தபட்சக்

கோரிக்கைகள்' நூலில் இடம்பெற்றவை. மீள்பதிவாக இத்தொகுதியிலும் இடம்பெறுகின்றன. ஏனையவை அதில் இடம்பெறாத சிலவும், பின்னராக பதிவானவையும் ஆகும்.

'தேசத்தின் வரைபு' எனும் பிரதி, "கள்" இணையத்தள சஞ்சிகையிலும், 'நாய்களாய் இருப்பதன் சாத்தியம்', 'வாழ்தலின் நிதானம்' ஆகிய இரண்டும் "வார்ப்பு" இணையத்தள சஞ்சிகையிலும் வெளிவந்தவை. 'முகம்மாறி வந்த அசுரர்கள்', 'மீண்டெழும் நாளில்' ஆகிய சில பிரதிகள் இலண்டனில் வெளியான "கொட்டியாரப்பற்று இலக்கிய மரபு" தொகுப்பிலும், 'தனித்ததான உடன்பாடுகள்', 'அப்பாவிகளின் சார்பாக', 'மாறுபாடான முகங்கள்', 'புலர்வுகள்' இன்னும் சிலவும் "நீங்களும் எழுதலாம்" கவிதை இதழிலும் வெளிவந்தவை. ஏனையன அவ்வப்பொழுதுகளில் எழுதி, எனது http://siraippu.blogspot.com இல் உலவுகின்றவையுமாகும்.

இத்தொகுதியில் இடம்பெறும் பிரதிகளில் பல இன்றைய காலத்திலிருந்தும் மாற்றப்பட்டு வருகின்ற கவிதைப் போக்குகளிலிருந்தும் அறுபட்டும், வேறுபட்டும் தோன்றலாம். ஆனாலும், அவை அனைத்தும் அவற்றினுடைய காலத்தையும், போக்கையும் நிமிர்ந்து எதிர்கொண்டு எழுதப்பட்டவைகளே என்பதில் அதீத நம்பிக்கையுண்டு. அதை அக்காலத்தை அறிந்தவர்கள் நிராகரிக்கமாட்டார்கள் என்றே எதிர்பார்க்கின்றேன். தவிர இதற்கு மேலதிகமாக இதனை வாசிக்கும்போது உங்களிடம் வெவ்வேறு கருத்துக்களும், உணர்வுகளும் தோன்றலாம். இத்தொகுதியின் பதிப்பு வேலைகளில் ஈடுபட்டிருந்த காலங்களில் எனது மனைவி 'ரெமி', மகன் 'சய்ருக்ஷன்' இருவருக்கும் உரியதான எனது நேரங்களை அவர்களது அனுமதியின்றியே எடுத்துக் கொண்டேன். அதற்காக என் மனைவிக்கு நன்றியும், எனது அன்புக் குழந்தையிடம் மன்னிப்பும் கேட்டுப் பதிவாக்குகின்றேன். மேலும், இத்தொகுதி வெளிவருவதில் பங்காற்றிய முகம் தெரியாத நல்லமனதுக்காரர்கள், நண்பர்கள் அனைவருக்கும், விசேடமாக 'வடலி' பதிப்பகத்தாருக்கும், நண்பன் அகிலனுக்கும் எனது நன்றிகளை தெரிவித்துக் கொள்கின்றேன்.

உங்களின் பகிர்வுகளை எதிர்பார்த்தவாறு

02.03.2013

சம்பூர் வதனரூபன்

தேர்தல் பற்றித் தெளிதல்

பால்ய நண்பன் தேடி வந்தான்.

அக்காளுக்கு அருகிடத்திலொரு இடமாற்றமும்
அண்ணனுக்கு அலுவலகத்தில் பதவியுயர்வும்
அடுத்த கோட்டாவிலேயே அவனுக்கொரு வேலையும்
செய்துதருவதாக கூறிய வேட்பாளரை நம்பி..
தேர்தலின் முக்கியத்துவம் பற்றியும்
ஓட்டுக்களை சேகரிப்பதெவ்விதம்
செல்லுபடியாக்குவதெப்படி எனவும்
ஏதோவொரு இலக்கத்தையும் நபரையும்
வெல்லச் செய்தால்.. வேண்டிய உதவிகள் பெறலாம்
என என்னைத் தெளிவாக்கினான்.

நானவனை அமரவைத்து பேசினேன்.

அவனது தெளிவு என்பது..
வேட்பாளனின் இலக்கத்தை தெளிவாக தெரிந்து வைப்பதிலும்
மற்றவருக்கும் தெரியப்படுத்துவதிலும் ஆள் கூட்டுவதிலும்
அவரது அல்லது அவர்களது பொய்களையும் போலி நடத்தைகளையும்
உயர்த்தி உத்தமமாக்குவதற்கு முனைவதிலுமிருக்கிறது.
சுவரொட்டிகளுக்கு பசை பூசுவதிலும்
பிரசாரக் கூட்டங்களுக்கு கதிரை அடுக்குவதிலும்
கோணம் கோணமாக நகல் படம் எடுப்பதிலும்
தேவைக்கு ஏற்ப வன்பானம் குடிப்பதிலும்
வறுத்த சோறும் பிரியாணியும் உண்பதிலும்
பிடித்திருக்கும் வாடகை வண்டிகளில்

ஒலிபெருக்கிகளை ஒலிக்கவிட்டு உலவுவதிலும்
வேட்பாளர் வீட்டையும் கட்சி மனையையும்
கொடிகள் கட்டி பரபரப்பாக வைத்திருப்பதிலும்
நாட்டில் இல்லாதவர்கள் நான்கு நாட்களுக்கு முன் செத்தவர்கள்.
வந்து ஓட்டுப்போட வசதியில்லாதவர்களின்
வாக்காளர் அட்டைகளை சேகரித்தலிலும்
வாக்களிப்பு நிலையத்தில் ஏஜண்டாக வாக்காளரை எண்ணுவதிலும்
அல்லது
கள்ள ஓட்டு போடுவதிலும் கலக்கம் செய்வதிலும் இருக்கிறது.

மக்கள் தெளிவாயுள்ளார்கள் போலும்..
அவர்கள் நினைக்கிறார்கள்
வாக்கெடுப்புக்களே அனாவசியமானது
வாக்களித்தல் நேர மெனக்கேடு..
தாங்கள் ஓட்டு போடாவிட்டாலும்
தங்களுக்கான பிரதிநிதிகள் தெரிவாவார்கள்
அல்லது தெரிவாக்குவார்கள் என்று...
மக்கள் தங்கள் அரசியலுக்காக அவாவோடு இருக்கிறார்கள்
இவர்கள் தத்தம் அரசுக்காக அலைகிறார்கள்.
போகட்டும்
எல்லாத் தமிழனுக்கும் கிடைக்காத வசதியும் சுதந்திரமும்
சிலருக்காக வாய்க்கிறதே போகட்டும்.
மற்றவருக்காக ஏதும் செய்யாவிட்டாலும்
அவர்களுக்காகவாவது ஏதும் சேகரிக்கட்டும்.

இன்னுமொன்று..
பூனைகள் வளர்க்கிறோம்
அவை எலியை பிடிக்காவிட்டாலும்
பண்டங்கள் நடுவே கத்தி திரிந்தாலே போதும்
எலிகள் பண்டங்கள் பக்கம் வரத் தயங்கும்.
நாம் பூனையொன்று வளர்ப்பதற்காவது முன்வருவோம்.
கடிக்கும் பூனை இல்லாவிட்டாலும்
கத்தித் திரியும் ஒன்றையாவது

அடையாளங்களற்றிருத்தலும் அன்னியமாகித் திரிதலும்

யூதர்களைத் தழுவியதான யுத்தத்தில் இணைந்திருந்தோம் என்பதில்..
நாசிகளுக்கு நடுங்கி
உரிக்கப்பட்ட குறிநுனியின் தோலை இழுத்துப் போர்த்தி
தன்னைப் பாதுகாத்துக் கொள்ளத் தவித்த
யூத இளைஞனைப் போல
தமிழர்களின் அடையாளங்களுடன் பயந்து நடுங்கி
தவித்து ஒடுங்கி.. ஒதுங்கி ஒழிந்த
துரதிஸ்ட துன்பியல் காலங்கள் முன்னே நகர்ந்து போயின.

தமிழினை பேசுவோரெல்லாம் தமிழராயிருந்த அடையாளம் போக
பயங்கரவாதிகளெல்லாம் தமிழர்கள் எனும்
அடையாளமிடுதலின் பின்
எங்களினது சகோதரர்கள் போரிடப் புகுந்தபோது
புறநானூற்றுத் தமிழனென்று புகழ்ந்தவர்களும்
சகோதரிகளிடம் ஆயுதங்களைக் கொடுத்து
குட்டையாக வெட்டிய தலைமுடியுடனும்
நீளக்காற்சட்டையும் கனத்த சப்பாத்துக்கால்களோடும்
பொட்டிட்டிராத நெற்றிகளோடும்
போராளிகளாயுலவவிட்ட பொழுதுகளில்..
தமிழர் நிலமெங்கும் பால்நிலை சமத்துவம் தலையெடுத்துள்ளதாக
தொடை தட்டியவர்கள்
பிறகு களநிலங்களில்
தமிழச்சியின் நிர்வாணத்தையும் தமிழனின் சாவையும்
ஊர்வலமாக்குகையில் ஊமைகளானார்கள்.

பெரும்பான்மைகளென்றுரைக்கும் சிறுமைக் குணத்தார்
குமைந்து ரசித்து சிரித்து மகிழ்ந்தனர்.

போராளிகளாயிருந்த எல்லோரும் எப்போதோ இறந்துவிட்டனர்.

அப்பாவிகள் அதிகமாய் அழிந்து போயினர்
அரைகுறை முண்டங்களாயினர்
நிலம் பறிக்கப்பட்டு நீர்ப்புழுக்களுடன் வாழப் பழக்கப்பட்டனர்
மறச்சிகள் மானமிழந்தனர்
வாழ்வை ருசிக்கவென்றில்லாது சாவைத் தவிர்க்கவே
சதை விற்கவும் துணிந்தனர்.

வரலாறுகள் பேசுகின்றன
உரோமப் பேரரசில் கிறீஸ்துவின் மீதான குற்றம்..
ஏரோது மன்னனுக்கெதிரான பேரரசை நிறுவ முயன்றதான
அரச குற்றவாளி என்பதே.
விடுதலை கேட்டவர்கள் விமர்சிக்கப்பட்டு குற்றவாளிகளாயினர்
ஆயுதங்களை பிடிகொடுத்தவர்கள்
ஏரோது வகை அரசொன்றில் ஆளுகையில் அமர்ந்தனர்
சந்தர்ப்பவாதிகள் தலையாட்டித் தப்பினர்
காட்டிக் கொடுத்தவரெல்லாம் கௌரவம் பெற்றனர்
முடமான போராளிகள்
முன்னாள் போராளி சான்றிதழ்களுடன் வீடுகளில் முடங்கினர்.

சாப்பிடக் கொடுத்தவர்களென்றும்
மரியாதை அழைப்புக்களில் மாலையிட்டவர்களென்றும்
மக்களின் கூட்டங்களில் உரத்துப் பேசியவர்களும்
பலசரக்கு சாமான்கள் வாங்கிக் கொடுத்தவர்களென்றும்
கசிப்பு வடித்த குற்றத்தில் தண்டிக்கப்பட்டு பங்கர் வெட்டியவர்களும்
மண்பொதிகள் அடுக்கியவர்களும்
தங்களிடமிருந்த மாட்டு வண்டிகளிலும் கூட
ஆயுதங்களை எடுத்துச்செல்ல இடமளித்தனரென்று
சந்தேகிக்கப்பட்டவர்களும்
முன்னரங்கின் முன்வீட்டுக்குரியவரும் முகாம்கள் அமைந்திருந்த

நிலக்காரரும்
பதுங்கியிருந்து சுட்டோடிய பின் பற்றைகள் வளர்ந்திருந்த
காணிக்காரரும்
வீதிச்சோதனையின் போது வீதியில் போனவரும்
சுற்றி வளைப்புகளில் ஓடியொழியாது வீட்டிலிருந்த நோயாளிகளும்
தற்பாதுகாப்புக்கென முன்னே அழைத்துச்செல்லப்பட்ட வயதாளிகளும்
முக்காட்டுக் காட்டிகளால் தலையசைத்தவர்களும்
விசாரணையின் பின்னாக விடுவதாக அழைத்துப்போனவர்களுமென..

சிறையில் செத்தவர்கள் போக..
சந்தேகக் கைதானோர்களேயின்னும் அடைக்கப்பட்டிருக்கின்றனர்
பயங்கரவாத தடுப்புச் சிறைகளில்
இன்றெங்கள் தேசியம்
தாய் நிலமற்றது. தனிக் கலாச்சாரமற்றது. தொன்மங்களைத்
தொலைத்தது.
தோற்றும் போனது.
தமிழைப் பேசுவதனால் மட்டுமே தமிழர் என்றுமானது
ஆதலால்
பலரின்று முன்னாள் தமிழராயும் ஆயினர்.

குர்திஸ்களைப் போலவே
நாமுமின்று நாடற்று நாடுகள் முழுவதிலுமுள்ளோம்.
டொலர்களையும் பவுண்களையும் யூரோக்களையும் பிறவும் சேகரிக்க
நாடோடிகளாகி இரவல் சுகதாரிகளாயுமுள்ளோம்.
தத்தம் அடையாளங்களை விரும்பாமலும்
அதை மறந்தும் மறுத்தும் மாறியும் இன்னொன்றாயும் வேறுமாயும்
இலங்கைக் குடியேற்றவாசிகளென்றும் ஈழத்தமிழகதிகளென்றும்
யுத்தமில்லாத யுத்தகாலத்தில்
தமிழராயும் முன்னாள் தமிழராயும் தங்கிலிஸ்களாயும்
வேறொன்றான அடையாளங்களோடும் அடையாளங்களற்றும்
இருக்கின்றோம்.

யுத்தமில்லாத யுத்தகாலத்திலிருந்து

விடுபடுதலின் பின்னாக
புலிகளும் பிரபாகரனும் பயங்கரமேதும்
மற்றும்
பயங்கரவாதிகளென்றழைக்கப்பட்டவர்களெவரும்
இல்லையென்றாகி
நாடு முழுவதும்
குண்டு வெடிப்புக்கான சாத்தியங்களும்
குண்டுகளை வைப்பதற்கான தேவைகளும்
வெடிக்கச் செய்யும் போராளிகளும்
வைத்திருந்தாலும் வெடித்தாலும் கண்டெடுத்தாலும்
புலிகள் வைத்ததற்கும்
சந்தேக நபர்களைப் பிடிப்பதற்கும் சாத்தியங்களினியிராது.

சுற்றிவளைக்கவும்
குடும்ப அட்டைகளை சரிபார்க்கவும்
நிழற்படங்களை சேகரிக்கவும் தலையாட்டி வைக்கவும்
விசாரணைக்கு அழைத்துச் செல்லவும்
கைது செய்ய.. காவலில் வைக்க..
இனியும் அவசியமற்றதாம்.

நாடு சுதந்திரமடைந்துவிட்டது
பயங்கரவாதம் தோற்று
சுமூகநிலையொன்றும் வந்தாயிற்று.
வடக்கிலும் கிழக்கிலும் தமிழரை அழித்து
அநாதைகளாக்கி அகதிகளாக்கி
குடிலில் வைத்த நிலங்களை

சுற்றி உலவி பார்த்துவர
சுதந்திர தேசத்திலுள்ள எவருக்கும் இயலுமாயிருக்கிறது.

ரோந்து நடக்கத் தேவையும்
வீதியில் போய் வருவோரை முறைக்கவும்
விசாரிக்கவும் தாமதப்படுத்தவும் தடுத்து நிறுத்தவும்
காரணமேதுமின்றிப் போயிற்று.
கண்ணி வெடிக்காது கைக்குண்டு வீச்சிராது

இனி
காணாமற்போவோரும் கடத்தப்படுவோருமிரார்.
மறைந்திருந்து சுடுவதும் சுடுபடுவதும்
வீதியில் டயர்களுடன் சேர்ந்து கருகுவதும்
நிகழவே நிகழாது.

பிள்ளை பிடிப்பாரில்லை
வெள்ளை வாகனங்களில் ஏற்றுவாரில்லை
குமருகள் மாலையில் தொலைந்து
புளை சிதைய மற்றோரிடத்தில்
மறுகாலையில் மீள்தலும் இயல்பாயிராது.
இளந்தாய்களை இரவுகளில்
இனமறியாதோரெல்லாம் வன்புணர்தலும்
இளந்தாரிகள் இரக்கமின்றி
தெருவோரம் சுடப்பட்டமுகிக் கிடப்பதும்
இனியயினிய இந்நாட்டில் இராதென்றே சொல்கிறார்கள்

பத்திரிகைகள் செய்பவர் செய்திகளைச் சேகரிப்போர்
பக்கக் கட்டுரைகள் பத்தி எழுத்துக்காரர்
பட்டப் பகலில் சுடப்படுவதுமிராது.
கட்சியுறுப்பினர்கள் மக்களின் மரியாதைக்குரியவர்கள்
உரத்து மறுத்து எதிர்த்து கண்டித்து
குரல் கொடுப்பவர்கள் என..
நள்ளிரவுகளில் குடும்பத்தினர் முன்பாகவே
அழைத்துச்செல்லப்படுவதும்

அவர்களது நிலை
பின்நாளில் அறியக் கிடைக்காததும்
அங்கு எங்கேனும் ஆற்று வாய்களில்
அலங்கோலப் பிணங்களாவதும்
ஜனநாயக நாட்டில் இனியறிய முடியாது.

அடையாள அட்டைகளில்லாதிருப்பதும்
தொலைத்தலும் வீட்டில் விட்டு வருதலும்
"பயங்கரவாதிகளின் அடையாளங்களில்லை"
என்றுரைக்கும் சட்ட நடைமுறையும்..
இருக்கும் தமிழர் அனைவருமே
பயங்கரவாதிகளென்னும்
காரண காரியங்களும் இல்லாதொழியும்.
வேட்டுக்குத் தப்பி சரணடைந்தால்
சுதந்திர நாட்டில் தொழில் பயில முகாமுண்டு.
ஆண்டு பலவாய் தடுப்பு சிறைகளில்
சந்தேகப் பெயர்களுடன் சாவதும் இனிமாறும்.

தனி நாடும் கோருவதற்கு யாரும்
தமிழர் தனியினமாக வாழுமிடங்களும்
சின்ன வன்னி, குட்டி யாழ்ப்பாணம் எனும்
வடக்குப் பெயர்கள் வழக்கிலும் இல்லாது போக..
அநேக தமிழருக்கு சொந்த வாழ்நிலங்களே
அனுமதிக்கப்படாதும்
அகதிகள், அநாதைகள், அடிமைகள், ஏழைகள்
இழிச்சவாயர்கள், ஏமாளிகள், அடிவருடிகள்,
துரோகிகள் எனும் மறுபெயர்கள்
பல்லாண்டுக்கு அடையாளமாவதும்
புலிகள்
என்றவொரு பெயருக்கிருந்த மரண பயமும்
புல்லுருவிகளிடமிருந்தும் தேசியக்கள்ளர்களிடமிருந்தும்
அப்பாவிகளுக்கிருந்தவொரு பாதுகாப்பும் கூட..
எப்போதுமே இனியிராது போகட்டும்.

கைகள் உள்ளவரெல்லாம் கவனிக்கவும்

அதிமேதகு, மேதகு கௌரவ, அதியுயர், மரியாதைக்குரிய,
மதிப்புக்குரிய கனவான்களே!
(எனதல்ல)
உங்களது வசதிகளை அதிகப்படுத்தும்
வழக்கமானதும் வளமானதுமான உங்களது கடமை வருகிறது.
வேறென்ன
மீண்டுமொருமுறையுங்களது திருவிழா.
எங்களது வரிப் பணத்தில் நீங்கள் கொண்டாடும் கொள்ளையிடும்
சண்டையிடுவதற்குமான நாட்கள்.

முன்னைய நாட்களில் தேவைப்பட்டது.
பிரதிநிதிக்கான போட்டியின்போது தகமைகள்
சிறு தொகையினரின் நன்மதிப்பும் செல்வாக்குமென...
மேலும்
வாயும் நாக்கும் பேச்சாற்றலும் ஆளுமையும்
தைரியமும் கடமையுணர்வும் கருணையுள்ளமும்
கண்ணியமும் ஒழுங்கும் பண்பும் பணித்திறனும் கூட.

இனியது அவசியமற்றதாகிறது.
நினைத்தவரெல்லாம் முன்வரலாம்
சண்டியர்கள் சந்திப்பெடியங்கள் செல்வாக்கும்
செல்வமும் உள்ளவர்கள்
இறால் போட்டு சுறா பிடிக்கத் தெரிந்தவர்கள்
சுத்துமாத்து குள்ளத்தனம்
குடிகாரக் கும்பல்களின் தலைவர்கள்
மற்றும்

முன்னைய தேர்தலில் பிரசாரம் செய்யும்
கட்சி ஊர்திகளில் அலைந்தவன்
சுவரொட்டிகளை ஒட்டியவர்கள்
வீரப் பாடல்களை ஒலிக்கச் செய்தவர்
பந்தல் கதிரைகளை ஒழுங்குபடுத்தியவன்
இவர்களில் யாரும் வாக்குக்கேட்டு முன்வரலாம்.

இம்முறை மக்களை ஏமாற்ற மட்டும் முடியாது.
அவர்களிடம் எதிர்பார்ப்புகளில்லை
எதுவித நம்பிக்கையுமில்லை
ஆகவே
ஏமாறாமல் வாக்குப் பதிவு செய்வர்

அது காரணமாக
வழமைபோல வாய்கிழிய பேசவோ
வாக்குக்கேட்டுக் கும்பிடவோ வேண்டாம்.
வாக்குறுதி என்னும் வாக்கியங்களை அச்சடிக்கவோ
அவசரப்பட்டு வீதி எங்கும் வீசவோ அவசியமில்லை

உங்களிடம் வாயிருக்க வேண்டியதில்லை
ஏனெனில்
நீங்கள் ஒன்றையும்பேசி சாதிக்கப்போவதில்லை
பேச்சும் எவரிடமும் எங்கும் எடுபடப்போவதுமில்லை

அதனால்
கைகளில் மட்டும் பலமிருந்தால் போதும்
வேட்பு மனுக்களை தாக்கல் செய்யலாம்
அரசியல்/அரசு
தலைவர்களுக்கு கும்பிடு போடலாம்.
கால்களில் விழுந்து கழுவியும் பிடித்து அமுக்கியும் விடலாம்
சண்டித்தனம் செய்யவும்
சக வேட்பாளரை அடித்து முறிக்கவும் முடியும்.

வெற்று அறிக்கைகளை எழுதலாம்

வீரவசன சுவரொட்டிகளை ஒட்டலாம்
வேண்டியளவு கையூட்டுகளையும் வாங்கித் தொலையலாம்
கட்சி ஆதரவளர்களுடன் கைகுலுக்க நன்கொடைகளைப்பெற
கொந்தராத்து ஒப்பந்தங்களில் கையெழுத்திட
ஏழைகளுக்கு ஏதேனும் ஒதுக்கீடு வந்தால் எடுத்து
வீடுகளில் பதுக்க

எப்போதாவது
வாக்களித்த மக்களை அனர்த்த நிலையங்களில் கண்டுவிட்டால்
கையசைத்துக்காட்டவென
ஆதலால்
கையிருப்பவர்களெல்லாம் கவனிக்க
உடனடியாக
இம்முறை தேர்தலில் குதிக்கவும்.

விரட்டப்படும் அப்பாவிகளும் மீட்பர்களும்

கேளுங்கள் கிறிஸ்துவே!

உமக்குப் பின்னரும்
மீட்பர்கள் எனச் சொல்லி
யூதாஸ்கள் ஒன்றுகூடி வருகிறார்கள்.

விரட்டவல்ல ஏவலாளிகளிடம்
கொம்புகளையும் சாட்டைகளையும்
அவர்களே ஏற்பாடு செய்தார்கள்.

முன்னர் ஒருபோதும் இல்லாதவாறு
மந்தைகள்போல
திசை முழுவதும் விரட்டப்பட்டவர்களிடம்
தங்களின் பாவங்களையும் சுமக்கத் தருகிறார்கள்.

ஒவ்வொரு தொலைவுக்குப் பின்னாகவும்
தேடிப் பொறுக்கப்படும்..
அழுகல்களின் உள்ளிருந்து
முள் முடிகளோடு உருவியெடுக்கப்படும்
எலும்புகளால்
சிலுவைகளைச் செய்து தருகிறார்கள்.

ஒவ்வொரு பலியின் போதும்
அப்பாவிகளின் தசைகளையே, ரத்தத்தையே
உண்கிறார்கள்.. குடிக்கிறார்கள்.

வெளி முழுவதும் குவிக்கப்படும்
அப்பாவிகளின்
மண்டை ஓடுகளை நோக்கி
கல்வாரிகள் இதுவென கை நீட்டுகிறார்கள்.
அவர்களின் உயிர்ப்பிற்காக
மீண்டும் மீண்டும் அப்பாவிகளே மரிக்கவேண்டியதாயுளது.

இப்போது சொல்லுங்கள்!
வழி தவறிய இந்த ஏய்ப்பர்களை
மீண்டும் மீண்டும் மன்னிப்போம் என்கிறீர்களா?

தேசத்தின் வரைபு

முகத்திலறையும் காற்று
அழுகிய பிணங்களின்
அடையாளங்களைக் கூவிச் செல்கிறது.
பலதடவை அது
ஏக்கங்களின் சுடுமூச்சையும் காவி வருகிறது.

அவ்வப்பொழுதுகளில்
மரணத்தின் அழைப்புகளையும் அழுகைகளையும்
அருகிலும் தொலைவிலிருந்துமாக
கொணர்ந்து தொலைகிறது.

அடையாளப்படுத்தலற்ற சாவுகளின் தரவுகளை
சேமக்காலைச் செய்திகளாக
வானொலிகள் உச்சரிக்கின்றன.
நல்லிணக்கம் பற்றிய பாடல்களின் இடையிடையே.

தினசரி தொலைக்காட்சி திரைகளின் முகங்கள்
குருதி வடியும் சம்பவங்களையே
மீண்டும் மீண்டும் மேலெழுப்புகின்றன.

காகித முகங்களையும் விடுதலை வேண்டுதல்களையும்
கைகளால்
உயர்த்திப் பிடித்தபடியுள்ள
பெண்களதும் முதியவர்களதும்
கவலை தோய்ந்த முகங்களாக அவை திரையிடப்படுகின்றன.

பெரியவர்கள் தொலைவதும்
சிறியவர்கள் தேடுவதுமாக நடைமுறை மாறிவிட்டது.
தெருவில் நடக்கையிலும்
பலர் அழைத்துப்போனவர்களாலும்
தொலைக்கப்பட்டதாக வாக்களிக்கிறார்கள்.

வாழ்வதற்கானவர்களையும்
வாழவைக்கும் எல்லாவற்றையும்
சிதைத்து
புதைவுகளின் மேடுகளில்
கோபுரங்களைக் கட்டியெழுப்புவதாக உளது
தேசத்தின் வரைபு.

எனக்குப் பிடித்த வில்லுக் குளமும் வெண் தாமரைப் பூக்களும்

நினைவிருக்கு.

முதலில் நீ சிரித்த
நம் ஊரின் மேட்டுவாய்க்கால் பாலம்.
தூரத்தில் சாட்சிக்கு
வெள்ளை நிறத்தில் கொக்குத் தங்கும் கல்.

எனக்குப் பிடித்த வில்லுக்குளம்.
அதில்
உனக்குப் பிடித்த வெண் தாமரைப் பூக்கள்.

அறிந்தேன்..
இப்போது எனக்கென்று நீயும்
வில்லுக் குளத்தில் தாமரையும் இல்லையென்று.

நீலச்சட்டை, குடைவெட்டுப் பாவாடை..
குடை மூடிப் போகும் கன்னச்சுழி விழும் முகம்..
நெஞ்சைத் தடவும் 'சுஜாதா' வின் புத்தகக் கட்டு.
இடுப்பு வரைக்கும் நீண்டு இருண்ட பின்னல்.

நீ தலை குனிந்து நடக்கும்
தார் போட்ட கணேஸ் வீதி.

அறிந்தேன்..

இப்போது நீ தலை குனிவதும்
நம் ஊர் வீதிகளில் தாரும் இல்லையென்று.

பகலிலும் துணைக்கு வரும் தங்கை.
பாவம் இது ஏதும் அறிந்திராத உன் அம்மா.
என்றோ..
கடைசியாய் பார்த்த காளி கோயிலடி இத்திமரம்.

இப்போதும்.....

உனக்குள்ளும் காதல் இல்லை
ஊரில் கூட நாம் இல்லை.

கண்ணாடி முட்டை

காக்கைகளால் சூழப்பட்டுள்ளது
எனது வெளி.

நீ ஒரு குயிலின்
எல்லாத் தவிப்புகளுடனும் உள்ளாய்.
கையில்
ஒரு சதுரக் கண்ணாடி முட்டையைப் போல்
காதலைத் தந்துள்ளாய்.

இப்போது
அஜாக்கிரதையாக என்னால்
இருந்துவிட முடிவதில்லை.
உறங்குகையில்.. வீதிவலம் போகையில்..
மடியில் கட்டிக்கொண்டே தான்
மலங்கழிக்கவும் வேண்டியதாயிருக்கிறது.

பாதியில் விழித்துக்கொண்ட
பின்சாமத்து
நிர்வாணக் கனவைப் போல
ஒரே இரவில் அதை அவசரமாகக் கலைத்துவிட
யாரையும் அனுமதிக்க முடியாது.

அவித்த முட்டையைப் போல
இனியதை
ஒரு பொழுதின் உணவில் சேர்க்கவோ
பலருமதைப் பகிரவோ முடியாது.

அதை நானே சினைப்படுத்தி எனதன்பை
உயிர்ப்பிக்க விரும்புகிறேன்.
மழைக்கால முற்றத்தில் குமிழும்
நீர்க் குமிழிகளைப் போல
நீளக்கண்ணாடிக் குவளையில்
நிறைந்து வழியும் பியரின் நுரையைப் போல
எனக்கது மிக அழகானதும், விருப்பமானதும்.
பிச்சைக்காரனின் கோவணத்தைப் போல
இன்னும்
பெண்மை பேசும் பெண்ணின்
சுருங்காத வயிறைப் போல
அதை பாதுகாப்பேன்.

பின்பொரு தடவை
பல வண்ணக் காட்டுண்ணிப் பூக்களின்
சாயம் பூசிய பட்டாம்பூச்சியாகவோ
சிறு பராயத்து வெள்ளை முயலாகவோ
வாய்க்கும் ஒரு நாளில்
குழந்தை பருவத்து என்னைப் போலவோ
அதை அன்பளிப்பேன்.

மனநோயாளர்களின் பிரக்ஞையும் மாறுபடும் கருத்தியலும்

என்னிடம் நெருங்கும்
சில மனநோயாளர்களின் பிரக்ஞைகள்
வினோதமானவை.
அத்தகையவர்களிடம்
நெருங்குவதும் பழகுவதும்
துணிவுடையதும் சுவாரசியமானதும் கூட.

வாய்ப்புள்ள போதெல்லாம் கத்தத் தொடங்கி
அர்த்தமில்லாத உளறல்கள் போல
ஏதேதோ பேசுவார்கள்.
 தாம் பேசுவது எல்லாமும்
செய்வது முழுவதும் மிகச் சரியானவை
என்பதே அவர்களின் நம்பிக்கை.

தம்மைப் பெருமையுடன் பேசுவதிலும்
மற்றவர் அதை ஆமோதிப்பதிலும்
அசட்டுத்தனமான ஆனந்தம்
அவர்களுக்கு.
கையில் கிடைப்பனவற்றையெல்லாம்
தாம் விரும்புகின்றபடி மாற்றமுடியும்
என்ற எண்ணத்துடன் முயற்சிப்பார்கள்.
அல்லாதபோது மாறவேண்டுமென
வரட்டுத்தனமாக அடம்பிடிப்பார்கள்.

தம் குளறுபடிகளையெல்லாம்

சகித்துக் கொள்பவர்களை
சேர்த்துக் கொள்வதும், சேர்ந்து கொள்வதும்
மாறானவர்களிடமிருந்து
விலகி நடப்பதும், விலக்குவதும்
அவர்களின் அறியாமைத் தனங்களின்
அடையாளங்களாயிருக்கின்றன.

என்னை நோக்கி நகரும்
மனநோயாளர்களின் பிரக்ஞைகளும்
கருத்தியலும் கூட இன்னும் வினோதமானவை.

முன்பொரு தடவை ஏற்றதை
மறுத்துரைப்பதும்.
மறுத்திருந்ததை ஏற்பதும் என...
தருணத்திற்கு ஏற்ப
கருத்துக்களுடன் முரண்படுவார்கள்.
அவர்கள் மீதான நம்புதல்கள்
அசாத்தியமானதும் அசாதாரணமானதும்.

அற்புதமானவற்றை தூற்றி தூக்கியெறிந்துவிட்டு
கழிவுகளை சிலாகித்துப் பேசுவார்கள்.
கழிவுகளோ அற்புதமானவையோ
யார் கொடுத்தார்கள் என்பதே முக்கியம்.
நாற்றம் பற்றிய துல்லியமான பிரக்ஞையிலிருந்து
அறுந்துபோய்க் கிடக்கிறார்கள்.

அவ்வப்போது
அவர்களின் நடத்தைகள்
கேள்விக்கும், கேலிக்கும் உரியவையாகும்.
பாராட்டல்கள் பற்றிய ஏக்கங்கள்
அவர்களுக்குள் நிறைய அமிழ்ந்து கிடக்கின்றன.

துரதிஸ்டம்...
தாம் மனநோயாளர்கள் என்பதை
அவர்களால் எப்போதும்
உணர்ந்துகொள்ள முடிவதில்லை.

சித்தார்த்தனும் வீதி வலமும்

கண்ட இடத்தில் நிறுத்தும்
சட்டப் புத்தகங்கள்
காக்கிகளால் உறையிடப்படுகின்றன.

முன்பே அறிந்தும் இருக்கலாம்.

ஒவ்வொருவரது சுதந்திரமும்
இன்னொருவரது மூக்கு நுனிக்குப் புறத்திலுள்ள
நூலிழை இடைவெளியுடன்
நிறுத்தப்பட்டுவிடுகிறது என்பதை.

ஒவ்வொருவரதும் ஒவ்வொன்றும்
தற்காலிகமாக மறுக்கப்படலாமே ஒழிய
நிராகரிக்க முடியாதவை.

ஒருவரின் முன்னுள்ள
கோப்பையிலும் குவளையிலும் நிரப்பப்பட்டிருக்கும்
ஒவ்வொன்றும்
எல்லோருடையதிலும் நிரப்பத் தகுந்தவை.

இன்றுள்ளவர்கள் வேலி விரித்திருக்கும்
மிக வசதியான அடைப்புக்குள் தான்
நேற்று இருந்த என்னவர்களின் படுக்கையும்
கழிப்பறையும் கூட
ஆதியாகவும் நிரந்தரமாகவும் அமைந்திருந்தது.

கழிப்பறையின் கதவுகளை மாற்றவும்
புதிதாக ஒரு படுக்கை விரிப்பால்
அங்குள்ள தொட்டிலை
மெருகூட்டி வைத்திருக்கவும்
இலகுவாக மிக இலகுவாக
இப்போது அங்குள்ளவர்களால் முடியும்.

தனது தொன்மங்களை பாடிவரும்
காற்றை வரவேற்று திறந்திருந்தன
என்னவர்களின் ஜன்னலும் கதவுகளும்.

ஆனால்...
திறந்த வீட்டினுள் நுழையும்
'அது' போல இப்போது உள்ளவர்கள்
நுழைந்துகொண்டார்கள் என்பதை
இப்போது எவரும் ஒத்துக்கொள்கிறார்கள்.

இனி எந்த வீதியிலும்
புத்தர் மீண்டும் கவச வண்டிகளில்
சித்தார்த்தனாக வலம்வர முடியும்.

ஆளற்றுத் தனித்த வெளிகள்

விரும்புகின்றவையைக் கொடுப்பதும்
தருவதையெல்லாம் ஏற்பதும்
மிகக் கடினமாயுளது எப்போதும்.
ஆயுள்வரை
தாய்நிலத்தில் தாய்மடியில் உறங்குதலின் வரம்
எப்போதும் எல்லோர்க்கும் சித்திப்பதில்லைத் தாக்.

நம்பிக்கைகள் தூர்ந்த புள்ளியில்
வெளிக்கிறது எனது நிலம்.
மலட்டு முலைகளை இழுத்து உறிஞ்சி
சாகின்றனர் சிசுக்கள்.

கொலைக்கள பூமியின்
ஆளற்றுத் தனித்த வெளிகளில்
அலைந்து
மொட்டைச் சுவர்களை முட்டித் திரும்புகிறது
காற்று.

யுத்தத்தை வென்றவர்கள்
இப்போது இடுகாடுகளைக் காக்கின்றனர்.
மரணத்தை வென்று
மண்ணைக் களவு கொடுத்தவர்கள்
கண்ணீரில் உயிர்க்கின்றனர்
வெளிகள் முழுவதும்..

நேற்றும் கூட பெருமழை பெய்தது..
இன்னும் முளைக்கவில்லை
மண்ணுக்காக விதைக்கப்பட்ட மனிதர்கள்.

இருளும் உலகம்

இருளின் கைகள் வலியன போலும்
கூரையென அகல விரிகிறது.
சிரிக்கும் மனிதர்களின் உலகம் இருள்கிறது.
நெருப்பால் நீரால் புகையாக இரத்தமாக
ஒளியின் வாலில் தொங்கியபடி இருள்கிறது.

எல்லா மனிதர்களின் கைகளும்
குறண்டு போயிற்று.
யாரையும் யாராலும் நிறுத்த முடியவில்லை.
எல்லோரின் முதுகெலும்புகளும்
முறிந்து நொருங்கிப் போயிற்று.
எவரையும் எவராலும்
சுமக்கவும் இயலாது போய்விட்டது.

சிரிக்கும் மனிதர்களின் உலகம் சூனியமாகிறது.
ஜீவிதம் அர்த்தமற்றதாகிவிட்டது.
நீண்டு இசையும் வாழ்க்கைப் பாடலில் குரல்
தழுதழுத்து முக்குகிறது.

மிஞ்சியிருக்கும் பாடலின்
ஒழுங்கற்ற வரிகளை சுமந்து கொண்டு
ஒவ்வொருவரும்
தத்தம் வண்டிகளை இழுத்துப் போகின்றனர்.
ஏழைகளின் வயிறுகளை அடகு வைத்து
நிர்மாணிக்கப்பட்ட மைதானம் நோக்கி..

தூரத்து நிலா வெறிப்பில்
இராக்கால யாசகர்கள்
தமக்கான பாடலைப் பாடிக் கொண்டு போகின்றார்கள்.
அவர்களது நிழல் அவர்களுக்குள் ஒடுங்க
துர்ச்சகுனங்கள் மிக்கதான இரவில்
அவர்களது குரல்
ஏதோவொரு அர்த்தமுடைய பாடலைப் பாடுவதாக உளது.

தமக்கான தொனியுடன்
தமக்குகந்த சுதந்திரத்துடன்
இருளை விழித்து நிலவை நோக்கிய பாடலை
பாடிக்கொண்டு போகின்றார்கள்
அவர்களுக்கான உரிமையுடன்.
சிரிக்கும் மனிதர்களின் உலகம் இருள்கிறது.

போராளிகளான அப்பாவிகளையும் அடிமைகளான பயங்கரவாதிகளையும் பற்றிப் பேசுதல்

தேசங்கள் பலதும் தேசங்களாயிராத பொழுதுகளில்..

தேசமாக்குவதற்கும் முடியாத போது
உருவாக்குவதற்குமென அடிமைகள் எழுவர்.
அடிமைகள் எப்பொழுதும்
அடிப்படையுரிமைகளுமில்லாத
அப்பாவிகள் என்பதே உண்மை.

ஆட்சியாளர்கள் அடக்குமுறையாளர்களாவதும்
அதிகாரமுள்ளவர்கள் ஆக்கிரமிப்பாளர்களாவதும்
அப்பாவிகளை அடிமைப்படுத்துவதும்
அடிமைகள் விடுதலை கேட்பதும்
நாளடைவில்
அடிமைகள் போராளிகளாவதும்
போராளிகளான அப்பாவிகள்
பயங்கரவாதிகள் என்றழைக்கப்படுவதும்
பின்பு
அழிக்கப்படுவதுமென..

இதற்கு
நீண்ட வரலாறும் உதாரணங்களுமுண்டு
உலகமெங்கும்.

பயங்கரவாதிகளாக்கப்பட்டவர்கள்

அவர்களை ஆக்கியவர்களையும்
அவர்களும் இவர்களுமாக தேடியலைந்து
அவர்களும் இவர்களுமல்லாதவர்களையும்
கொல்வர்.

அப்பாவிகளில் சிலர்
ஆக்கிரமிப்பாளர்களுக்கு அடிமைகளாகி
துரோகிகளென்று முச்சந்தியில் முண்டங்களாகக் கிடப்பதும்
பயங்கரவாதிகள் என்றானவர்களும் என்றாக்கியவர்களும்
செய்யும் செய்யாத பயங்கரங்களால்
அப்பாவிகளின் வாழ்வு பயங்கரமாவமுண்டு.

இடையிடையில்
அப்பாவிகளுள்ளிருக்கும் போராளிகள்
தமக்குள் போரிட்டுக் கொள்வர்.
போராளிகள் பயங்கரவாதிகளாகவும் ஆக்கிரமிப்பாளர்களாகவும்
எட்டப்பன்களாகவும் ஆகி..
பயங்கரவாதம் செய்வர்.

ஆக்கிரமிப்பாளர்களையும்
ஆக்கிரமிப்பாளர்களாக விரும்பும் போராளிகளைளையும்
அழிப்பதற்காக
போராளிகள் போரிட்டு
அப்பாவிகளையும் அடிமைப் போராளிகளையும் துரோகிகளையும்
கொல்வர்.
ஆக்கிரமிப்பாளர்கள் போராளிகளெனும்
பயங்கரவாதிகளைக் கொல்லப் போரிட்டு
அப்பாவிகளைக் கொல்வர்.

அப்பாவிகள் போராளிகளை ஆதரிப்பர்.
போராளிகளில் சிலர்
உண்ணக் கொடுத்த தட்டில் கழிந்து வைத்தது போல
காட்டிக் கொடுப்பர்.

அடிமைகளாயிருந்த அப்பாவிகள்
அடிப்படையுரிமைகளுமில்லாமல் அழிவர்.
நிலமிழந்து..வெளிகளில் அலைந்து..நாடு கடப்பர்.
அகதிகளாவர்..அனாதைகளாவர்..அரை முண்டமாவர்..
அடைக்கப்படுவர்.

கடைசியில்
அப்பாவிகளுடனிருந்த போராளிகளான பயங்கரவாதிகளும்
ஆக்கிரமிப்பாளர்களிடம் அடிமைகளாவர்.
அதிகாரமற்ற ஆட்சியாளர்களாவர்.

அப்பாவிகள் மீண்டும் மீண்டும்
அடிமைகளாகவே வாழ்வர்..
குர்தீஷியர்களைப் போலவும் பாலஸ்தீனர்களைப் போலவும்..
உலகமெங்கும்

முகம் மாறி மாறி வந்த அசுரர்கள்

01

அப்பாவிகளை வதைக்கும் அசுரர்களை
அவதரித்துக் கொல்லும் கடவுளர்கள் எங்களது.

நூற்றாண்டுகள் முன்பிருந்து
அசூரர்கள் முகம் மாறி மாறி வருவர்.
அம்மனாகியும் முருகனாகியும் சிவனாயும்
திருமாலாய் கணபதியாய் கடவுளர் உருவேறிக் கொல்வர்.

ஆன பின்னும்..
யுகம் யுகமாய் அசுரர்கள் வருவர்.
அப்பாவிகளை வருத்துவர்.
கடவுளர் அவதரிப்பர் கொல்லுவர்.
மீண்டும் மீண்டும் அசுரர்கள் வருவர்
கடவுளர் அவதரிக்க..கொல்ல...

02

புத்தியறிந்த முப்பது வருடங்களில்
ஆண்டுதோறும் அசுரர் பலர் வந்தனர்.
முகம் மாறி மாறி
சிங்க முகத்தோடும் யானை முகத்தோடும்
கடா முகத்தோடுமென
எதிர்த்துப் போரிட முருகர்கள் வந்தனர்.
அசுரரைக் கொன்றனர்.
முருகர்களை வெல்ல முடியதென அசூரர்கள் பயந்தொதுங்கினர்.
அசுரர்களின் துன்பத்திலிருந்து

நின்மதி வருமென அப்பாவிகள் காத்திருந்தனர்.

மீண்டும் மீண்டும்
அசுரர்கள் போரிட வந்தனர்.
முருகர்கள் உருவேறிப் பாய்ந்து விரட்டி விரட்டிக் கொன்றனர்.
முருகர்கள் நினைத்தனர்
அசுரர்கள் எப்போதும்
சிங்க முகத்தோடும் யானை முகத்தோடும்
கடா முகத்தோடுமே வருவர் என்று.

03
இம்முறை
அசுரர்கள் சிங்க முகத்தோடும் யானை முகத்தோடும்
கடா முகத்தோடு மட்டுமின்றி...
நரியின் குள்ள முகத்தோடும்
ஒட்டகம், பசுவின் கருணை முகத்தோடும்
ஓநாயின் விசன முகத்தோடும்
நடுநடுவே
கடவுளர்களின் அகோர முகத்தோடுமென..
ஒரு தொகை முகங்கொண்டிணைந்து
எட்டுத் திக்குகளிலுமிருந்து
முகம் மாறி மாறிப் போரிட வந்தனர்.

இம்முறை அசுரர்கள்
நவீன வாகனங்களில் ஜாலம் காட்டி முன் வந்தனர்.
பலமாக.. வலியவர்களாக.. வரம் பெற்று வந்தார்கள்.
கடவுளர்களில் பலரும்
அசுரர் பலம் பெற வரமளித்தபடியுமிருந்தனர்.

மாறாக
முருகர்கள் புராதனமான மரபுகளோடிருந்தனர்.
பரிவாரங்களை நம்பிய முருகர்கள்
மயிலையும் சேவலையும் வேலையும்
கொடியையுமே..இழக்கவேண்டியதாயிற்று.

04

இம்முறை
கடவுளர்களைப் படைத்த எல்லோருமாக
அசுரர்களிடம் முருகர்களை தோற்றோம்
மாங்காய்களை பறித்துத் தின்றும்
இலைகளைக் காதில் சூடியும்
திருப்திப்பட்டுக் கொண்டோம்.

இனி..
போரிட முருகர்கள் வராது விடினும்
அப்பாவிகளை வதைக்கவென அசுரர்கள் வருவர்.
ஆண்டுதோறும்
சிங்க முகத்தோடும் யானை முகத்தோடும் கடா முகத்தோடும்
மாறி மாறி... முகம் மாறி மாறி.

தனித்ததான உடன்பாடுகள்

எனக்கு உன் மீதான
எந்தவொரு உடன்பாடுமில்லை.

உன் மொழி
என்னில் சிறு மயிரைத்தானும்
உதிர்த்தாது. உறுதியாக்காது.
சிரைக்காது. செப்பனிடாது.

சிலவேளை...
உன்னிலும் அதுவாகவே.

உனக்கான தனித்துவமுண்டு.
அது எனக்கும் கூட.

உனதான முன்மொழிவுகளை
முன்னிறுத்த
உனக்கும் எனக்கும் முன்பாகவொரு
பெருவெளி அனுமதிக்கப்பட்டிருக்கிறது
நம்மால்.

அதிலெதையும் விட்டுச்செல்ல
உனக்கு உரித்துண்டு.
அது எனக்கும் கூட.

அதிலெதையேனும்
மாற்றம் செய்யவும் மறுப்பேதுமில்லை
எவருக்கும்.

ஆனாலும்...

எனக்குன் மீதான
எந்தவொரு உடன்பாடுமில்லை
தனித்ததாக.

மீண்டெழும் நாளில்

செழுமையாக நுரைத்து
அலை பரவும் பெருநீர்ப்பரப்பில்
அலையடிப்பில் கரையொதுங்கும்
கிளிஞ்சல்களாகி
நிச்சயமற்ற தருணங்கள் ஒதுங்கும்.

இலைச் சுருட்டி மூடிக் கட்டியதான
கூட்டுப்புழுவின் ஒடுங்கிய ஒளிதலுடன்
வாழ்தலின் பெரும் பயணம் தொடரும்.

ஒவ்வொரு உயிர்ப்பிற்கும் நீருகுத்து பின்னாக
முலை வரண்டுபோன சுடு காற்றாக
காலம் சபிக்கப்பட்டதில்
மீதமாகி
கசிவெடுத்து ஒடுங்கிய கடைசிச் சொட்டுகளில்

காலம் பதித்த ஆழச்சுவடுகள் மீந்து வழிய
அவையும்
குடம்பிகள் தெறிக்கும் ஜீவநதியாகும்.

எங்கிருந்தோ ஏவப்படும் ஒளிச்செறிவில்
இருட்டுகள் ஓய்வெடுக்க
வைக்கோல் பழுப்பொளி பரவும் வெளியில்
எல்லா முளைகளும்
மூச்சுவிடும். உயிர்க்கும்.

நிலைத்திருக்கும் இருப்புகள் வேண்டி
முக்குகின்ற பறவைகள்
சிறகுகளைப் பழுது பார்த்து
அகல விரித்து உயரப் பறக்கும்
ஒளிக்கீற்றின் திசை தேடி
மீண்டெழும் நாளொன்றில்.

வாழ்தலின் நிதானம்

அடைக்கப்பட்ட ஆடுகளின் விடுதலை யாசகம்
விமர்சிக்கப்பட்டு முடிவதற்குள்ளாக
சலனமின்றி மூப்படைகிறது
சந்ததிகளின் ஆயுள்.

விடியலைப் பறைசாற்றும் நோக்கில்
ஆர்ப்பரித்த சேவல்களால்
வாழ்தலின் வேட்கை அதிகரித்து
உயிர்த்தெழுந்த போதெல்லாம்
சேவல்களின் தலைகள் பலியிடப்படுகின்றன.

சிறை மீட்பாளர்கள்
சிந்திக்கும் அவகாசத்தில்
கூண்டுக்குள் வேட்டையாடல்கள்
விஸ்தரிப்புடன் அரங்கேறி முடியும்.

கசாப்புக் கடைக்காரனின்
நீட்டப்பட்டிருக்கும் கைகளின் முடிவிலுள்ள
பிடியளவு தழைகளையும்
ருசித்துத் தின்னும் ஆட்டின்
இறுதி நிமிட வாழ்தலின்
நிதானத்திற்கு நிகரானது
ஆதிக்குடிகளின் நம்பிக்கையும், தீர்மான நிராகரிப்பும்
எதிர்ப்பும்.

ஓர்மத்துடன் ஒவ்வொரு கத்திவீச்சுக்கும்

தலை மறுக்கும் ஆற்றலுடன்
ஆடுகள் துணியும்.

ஓர் தினம் பட்டி உடைக்கும்.
பச்சைப் பெருவெளிகள் தேடி
படையெடுக்கும்.

பின்னாக
வயிறு புடைக்க மேயும்.
வெளி முழுவதும் உலவும்.
அவ் வெளியே
பின் நாளில் பட்டியாக்கப்படும்
ஆடுகளுக்காக..

அப்பாவிகளின் சார்பாக

எல்லோருக்கும் தெரியும்.
இங்கு இருப்பவைகளையும்
இன்று நடப்பவைகளையும்
அவர்களும் இவர்களுமே உருவாக்கினார்கள்.

முற்றத்து மணலில்
மல்லாந்து உறங்கியே பழகியவர்களை
வீட்டின் உள்ளும் வெளியேயும்
ஊர் எங்கிலும்
காட்டினுள்ளும் தேடுகின்றார்கள்.

சுவடுகளை அழிக்க முடியாதவர்கள்
இப்போது
கால்களையே வெட்டியெறிய அலைகிறார்கள்.
ஏமாந்து
புணர்வு மயக்கத்திலிருக்கும்
ஒரு சோடி சுவர்ப்பல்லிகளை
வெட்டி வீழ்த்தி தணிகிறது
அவர்களின் வீரம்.

மண்ணை நேசித்த எல்லோராலும்
எல்லா நேரத்திலும்
மண் புழுக்களைப் போல
நிராகரிக்க முடியாதவர்களாக
மண்ணிற்குள்ளும் வெளியிலுமாக சேமிக்கப்படுகிறோம்.

சிலர் சொல்லிக்கொண்டார்கள்.
ஒடியல்க் கூழினுள்
இறால்களையும், நண்டுச்சதைகளையும்
மீன் துண்டுகளையும் போல
கலந்து மிதந்தோம் என்று.

பின்பாக
மலத்தியோன் தூவப்பட்ட
கடியான்களைப் போல
அவர்கள் மயங்கிப் போனார்கள்.
ஆர்ப்பரிப்புகள் எல்லை கடக்க
கண்ணீரின் பாசனத்திலும் ரத்த உரப்பிலும்
விளைகிறது தேசம்.

அப்பாவிகளின் பகல்களின் மீது
கரியள்ளிப் பூசுகிறவர்கள்
இன்னும் வென்றுவிடவில்லை.

மாறுபாடான முகங்கள்

நிதர்சனங்களைக் கேள்விக்குள்ளாக்கி
முன்னுள்ள வெளி முழுவதும்
அகப்படும் வண்ணங்களை அப்பிக் கொண்டு
காலம்
தன் முகத்தை அழித்தழித்து
புதிதாய் வரைந்தடியே உளது.

அவசரத்தில்
இருளையும் ஒளியையும்
கிழித்துச் செல்வதாக
வரையப்படும் கோடுகளூடு பயணிக்கும்
நத்தையின் நகர்வொன்று
தூரத்தே தூர்ந்து புள்ளியாகித் தொலையும்.

பருவத்தை மறுதலித்துப் பெய்யும்
மேகத்தை எதிர்த்த வானம்
வறள...

சூனியப் பொழுதொன்றில்
குருத்துவனை புசிக்கும் சைவக் கழுகுகளும்
பசு முலை உறிஞ்சும் பாம்புகளும் என
தத்தம் உயிர் தேற
பிராயத்தனம் செய்வதாயுள.

தூரத்தெளியும் உயிர்த்தெழும்பும்
வண்ணத்திட்டுகள் இராட்சதங்களாகி

முன்னோக்கி
விசையோடு பயணித்து
இமையடிப்பில்
அப்பால் கடந்து போகின்றன
எதிர்ப்புகள் அற்றனவாக.

பின்னும்...
காத்திருப்புகள் ஏதுமற்றனவாக
காலம்
தன் முகத்தை அழித்தும் உரித்தெறிந்தும்
வண்ணமப்பி
வரைந்து கொண்டே போகிறது

சிக்கலான குறுக்குக் கோடுகளால்
போலி முகங்களை
விதவிதமாக.

தொலை வெளியிலிருந்து

மண்ணுக்கும் சமாந்தரமாக
முள்ளந்தண்டைக் கிடத்தி
நிலவொளி வெளியின்
மண் சூட்டில் அயர்ந்துறங்கி
காமங்கிளைத்து
மென்மை தழுவ சாவகாசமாகப்
புணர்ந்து கிடக்கையில்..

மேலான விடுதலையைப் பெற்றுவிட்டதாக
வெறுப்படைந்து காறித் துப்பி
தொலைவெளியில் யாரோ
பரிகசித்து கூச்சலிட்டு
உறுக்குவதாகத் தோன்றும்.

இடை(வெளி)விட்டு விலகி
தோலையிழுத்துப் போர்த்த
வேலிகளாகச் சூழும் மேலெழும்
மறுக்கப்படுவதான சுதந்திரமும் கட்டும்.

நடுநடுங்கும் இலையை
அலைவுறச் செய்வதான காற்றை முகர்ந்து
உயிர்த்தலுடன்
ஒவ்வொரு எல்லைவரையுமாக
எறியப்பட்டுத் திரும்பி

இயங்குதலுடனாகவுள்ள

எல்லா நீட்டங்களையும்
ஆமையின் உள்ளிழுப்புகளுடன் அடக்கி
முழுவதையும் ஊதாரித்தனம் செய்து

எதுவுமற்றதான சூனிய இருப்புகளோடேயே
நாளைய வாழ்வும் பிறவும்
எஞ்சிக் கிடக்கின்றன முன்னே.

நிரந்தரமில்லாத இருப்போடு எச்சில் உமிழும் எனது சுதந்திரம்

ஆயுதங்களோடு புறப்பட்டுப் போனோம்.
எங்களுக்கான இடுகுழிகளை
வெட்டிக் கொள்வதற்காகவும்..

நிரந்தரமில்லாமல்
பெயர்ந்த எல்லா இடங்களிலும்
காலடியின் கீழுள்ள நிலம் சொந்தமானது.

சுவாசத்தை எல்லா வெளியும் அனுமதித்தது.
கைவீச்சுக்கு குப்பை கிளறும் நாய் கூட
சிறு நகர்வும் சலனமும் கொண்டது.

சாகத்தெரிந்தது.
கொல்லத் தெரியவில்லை.
எச்சில் விழுங்கி
வாழ்வின் எதிர்த் திசையில்
மரணத்திற்கு ஆதரவளித்தோம்.

விடாய்த்துத் தணிந்து போனது
தகிப்பு.
பயணப் பொதியினுள் வெறுமையாகிக் கிடந்தன
புட்டிகள்.

இனி..

எனது நில அடைப்பின்
படலை பிரித்து நுழைகையில்..
வேலி கடக்கையில்..
வீட்டின் கதவு யன்னல் திறந்து
காற்று நுகர்வதில்..
முற்றத்து வெளியில் மல்லாந்து கிடப்பதில்..

நினைத்த பொழுதில் எச்சில் உமிழ்வதில்..
உணர்வேன்..
எனது சுதந்திரத்தை.

வென்றவர்களும் இன்னும் வெல்லாதவர்களும்

கூடிக் கலைவதும்
கும்பலாய் கூச்சலிடுவதுமாகவேயிருக்கும்
எங்கள் கூட்டங்கள்.

இருப்பற்றவர்களும்
உள்நாட்டில் இடம் பெயர்ந்தவர்களும்
அரசியல் அநாதைகள் என்றவர்களும்..
இருப்பைப் பற்றிப் பேசிப்பேசி விவாதிக்கவும்
எங்களுக்கு
நாங்களே ஆதரவளிக்கவும் கூடினோம்.

ஊரை வாங்கவேண்டும் என்றும்
ஊரில்லாத போதும்..
ஊரிலில்லாத
ஊமைகளாயிருக்கும் சாமிகளுக்கும்
உடுக்கையடிக்க வேண்டும்
என்றும்....................
.... முடிவெடுத்தோம்.

தத்தம் வேண்டுதலுக்காக
அரசியல் பேய்களுக்கு
ஊம்பித் திரிந்தவரை உதறிப்போட்டோம்.

மக்களோடு வாழ்வோர்க்கும்
சொந்த மண்ணை நேசிப்பவர்களுக்கும்
தலை கொடுப்பதாக முடிவானது.

எங்கள் குழுவின் போசகர்
 எழும்பிச் சொன்னார்..
" போராடுவோம்! போராடித் தோற்போம்"

உரத்துச் சொல்வதற்கு
மனதுக்குள் நாக்கொன்று சுழன்றது

'தோற்றுப்போனவர்களில்லை..
நாங்கள்
வென்றவர்கள் மத்தியில் இருக்கும்
இன்னும் வெல்லாதவர்கள்.'

நாயாக மட்டுமே இருப்பதன் சாத்தியம்

கதவோரம் தாழ்வாரம் அடுப்படிச் சாம்பல் மேடு.. என
சுருண்டு கிடந்த நாய்கள்
ஒன்றாய்க் கூடி குமைந்து கிடந்தன

ஒன்றைச் சினைப்படுத்த..
தமக்குள் தாமே தம்மை முறைத்தும்
தமக்குள்ளே தம்மையே கடித்தும்
ஒன்றை ஒன்று விரட்டியும் முந்தியடித்தும்
முதன்மைப்படவும் முதலில் ஏறவும்

போராடுவது போலவும் போட்டியிடுவதாகவும்
தமது உரிமையை விடாது தாமே காப்பதாகவும்
அதற்காய்

முழுவதையும் இழந்தாயினும் புணர்வது
எனவும் போல
தம்மையே முறைத்தும் கடித்தும் விரட்டியும்
குறிகள் விறைத்து குமையும்
ஒன்றையே புணர.

சினைக்குள் சாத்தியம்
நிமிர்ந்த வாலுடனோ சுருளும் விதமாகவோ
குரைக்கக் கூடியதாகவோ
உறுமிக் கடிக்கத் தக்கதாகவோ
வேட்டைத் தனத்தோடோ வெகுளியாகவோ
சில நாய்கள்.

நாயாக மட்டுமே இருப்பது சாத்தியம்.

இனியவை விரும்புவதும் ஏற்பதுவும்
எவரும்
பல்லிடுக்கிலிருந்து கிளறித் துப்பும்
எச்சில் இறைச்சித் துண்டாயிருக்கலாம்.

ஏப்பங்களின் பின்னாக தூக்கிப் போடும்
எலும்பு மீதமாக இருக்கலாம்.
இந்த நாய்கள் காத்திருக்கும்.
சொச்சமாகவேனும் எதை வீசினாலும்
கவ்விக் கொள்ளும்.
விருந்தெனச் சண்டையிட்டு
அதையும் சகதியில் வீசும்.

பின்வீராப்போடு வெறுங்குடலைக் கழியும்.
கடைசியில் எச்சிலூறி
எவரேனும் கால்களை நக்கிக் கிடக்கும்.
நாய்கள்.
வேட்டைப் பற்களிருந்தாலும்
விரல் நகம் நீண்டிருந்தாலும்
அவ்வப்பொழுதுகளில் உறுமினாலும்
எலும்புகள் தானென்றில்லை
எது கிடைத்தாலும்
நாக்கொழுகித் தின்னும்.

தமக்குள் தாமே முந்தும்..கடிக்கும்..
இவை
நாய்கள்.. நாய்கள்.. நாய்கள்.
இனி நாய்கள் மட்டுமே.

புத்தனின் பெயரால்க் கொல்லப்பட்ட மரங்கள்

ஏழு வருடங்களாய் அந்த பெரிய மரத்தை எனக்குத் தெரியும்
பள்ளிக்கூட மூலை வளவில்
பருத்த கிளைகளை வீசியெறிந்து
காகமும் கொக்கும் கூடு கட்டிக் கூச்சலிட
கறுப்பு நிழல் பரப்பி வெள்ளை எச்சங்கள் பூசி
ஆண்டுகள் தோறும் ஆயிரங்களாய் காய்த்துக் கொட்டி
அதற்கான உரிமையோடு பல்லாண்டுகளாயது
தன் பாட்டில் வாழ்ந்த மரம்.

ஓர்நாள் அதை
அவசரமாகக் கொன்றார்கள்.
ஓரிலையும் ஓர் துண்டுமில்லாமல் வெட்டியெறிந்து
அடையாளம் தெரியாதிருக்க
தொலைதூரம் கொண்டு வீசிவிட்டு வந்தார்கள்.

விளக்கம் கேட்டவர்களுக்கெல்லாம்
'அதில முனி இருக்கு.. சாமத்தில விளக்கெரிக்குது..
புள்ளயள் கேட்குது.. குமருகள ஆட்டுது..'' என்றெல்லாம்
குற்றஞ்சொல்லிப் போனார்கள்.
முனியைக் கொல்ல முடியாமல் மரத்தை மட்டும்
கொன்றார்கள்.
நானும் கூடக் கேட்டிருந்தேன்.

ஊரவர்கள் சொன்னார்கள்
அந்த மரக்காட்டுப் பக்கம் ஆறு மணிக்கு மேலாக
துர்நாற்றம் காற்றில் வீசும்.

கருப்பு நிறத்தினிலும் விரித்த முடியோடும்
அம்மணமாய்ப் பெண்கள் அங்குமிங்கும் திரிவார்கள்.
ஆணும் பெண்ணும் கலந்தாற் போல் முனகல் சத்தம் கேட்கும்.
குப்பி விளக்கு நகரும்... சில நேரம் பெரிதாக அடுப்பெரியும்.
அந்தப் பக்கம் போவோரை கூச்சலிட்டு விரட்டிவரும்.
வெள்ளி செவ்வாய் நாள் வந்தால்
முனியின் வெறியாட்டம் கூடிவிடுமென்றும்.

உண்மையொன்று அதுபற்றி ஊகமாக மட்டுமுண்டு.
காட்டுப்புற மறைவுகளில் கள்ளக் கலவி முனகல்களும்
நிர்வாணம் மூடாமல் புணர்ந்தலையும் பெண்களும்
முனிகளாகத் திரிகிறார்கள்.

கசிப்பு வடிக்கும் அடுப்பும்
அதன் கழிவுகளின் அழுகல் நாற்றமும்
அவர்கள் காவும் குப்பி விளக்கும்
முனியின் வேலையென்று நம்பி..
முடிவில் அரசமரத்தை பலிகொடுத்தார்கள்.

அடிவயிற்றைப் பிடித்தது போல்
ஆச்சியொருத்தி இப்படியும் சொன்னாள்.

"முன்னயும் இப்பிடி மரம் முச்சந்தியில நிண்டது..
பிக்கு வாறான்.. பாத்துப் போறான் எண்டு
பின்ன.. ராவுராவா வெட்டி ஆத்திலயெறிஞ்சிற்றம்..
நேத்தும்
இந்த மரப்பக்கம் நாலு மொட்டையனுகள் சுத்திப் பாத்தத
ஆரோ கண்டு...
பொறவு
புத்தரக் கொண்டு வச்சாலுமெண்டு
ஒடனே வெட்டிப் போயிட்டானுவள்.."

இது என்ன புதுக்கதை.
பெருத்த நிழல் தருகின்றதென்று புத்தர் கீழே குந்தினாரோ..

வேறு மரம் கிடைக்காமல் அரசின் கீழே அமர்ந்தாரோ..
புத்தரிருக்க புண்ணியம் செய்த மரம்
பாவம்..
தமிழன் பூமியில் அச்சுறுத்தலுக்கானது.
இந்த மரம் வாழ்வதற்கு எந்த சுதந்திரமும் இல்லைத்தானா?

இனி..
பிள்ளையாரை வைத்தார்கள் என்று
எவரும் வேம்புகளையும் வெட்டி எறிவார்கள்.

நெடுநாட் பழகிய நண்பனைப் போல மரணம் அழைத்துச் செல்லும்

நீங்கள் எதிர்பார்த்திராத தருணத்தில்
நான் விரும்பும் அதுவர
எனக்காகவும் காத்திருக்கிறது.

உறவினரைப்போல விலகியிராமலும்
மனைவியை விடவும் மிக நெருக்கமாகவும்
தொலைவிலிருந்து அறிவிக்காது வரும்
நெடுநாள் பழகிய நண்பனைப் போல
அது என்னை அழைத்துச் செல்லும்.

அப்போது
யாரும் என்னை பின்தொடர வேண்டாம்.
என்னை ஒத்திருக்கும் உங்களை
நான் நிராகரிக்கலாம்.

நிழலைப் பிரதி செய்து
காகிதங்களைப் பறக்கவிடும் செயலையும்
செய்யாதிருங்கள்.

முடியுமானால்
அடையாளங்களைத் தொலைத்துவிடுங்கள்
தசைகளைக் கொண்டு
நாய்களையேனும் கொஞ்சம் பசியாற்றுங்கள்.

மரணத்தின் பின்னான வாழ்வில்

நம்புதலைக் கொண்டில்லை
இதைப் போலவே அதுவும்
சலிப்பானது விருப்பற்றது

என்னால் நேசிக்கப்படும் மரணம்
நியாயமானதும் கூட.
எப்போதும் உதவும்
எனது நண்பர்களைப் போல
அது அரவணைத்துக் கூட்டிச் செல்லும்
மிக அமைதியாக ஓர் நாள்.

பலியாடுகள்

நிகழ்காலங்கள் தீ மூட்டப்பட்டதில்
கொழுந்துவிட்டு எரியும்
நெருப்பில்

அவிந்து உடல்கருகி
துடிதுடிக்க
சிறுபான்மையினர் படையலிடப் படுகின்றனர்
களப்பலியில்.

நம்பிக்கைகள் குவிந்து கிடந்த
எதிர்காலம்
முன்னேற்பாடுகளுடன் சூறையாடப்பட்டு
அவசரமாகத் தீர்ந்து போகின்றன.

கேள்விகள் அடுக்கப்பட்ட சுவர்களும்
தேய்ந்து நொருங்கி
ஓட்டையாகிவிட்ட நிலையில்

முண்டாசுக்கவியின் வாய் முகூர்த்தம்
பலித்துவிடும் அதிக வாய்ப்போடு
அங்கலாய்க்கும் மனதுகள்.
"சிங்......... தீவினுக்கோர் பாலம்.

வெருளிகளோடான வாழ்வில்

வேட்டை மிருகங்களுக்கு
இப்போது வேறென்ன வேலை.

இழுத்துப் பிய்த்து... சப்பித்துப்பி
நன்றாகக் கோலோச்சி
வேட்டையாட முடிகிறது.

பாவம் சனங்கள்...

எலும்பையும் கொஞ்சம் சதையையும்
வைத்துக்கொண்டு
எத்தனைக்கென்று பகிர்வது.

எல்லா முகங்களும் வெறிபிடித்தே திரிவதால்
மிரண்டு வெருண்டோடி
எங்கென்று வாழ்வது.

எதிர்த்துக் குரலெழுப்ப
முக்குகின்ற முனகுகின்ற காவல் வெருளிகளோடு
எவ்வாறு பலம் பெறுவது.

வாய்பொத்தும் கைகளும்
நீ மூச்சுவிடும் சுடுகுழல் முனைகளும்
சுதந்திரமாக நீள்கையில்

பாவம் சனங்கள்.

எலும்பையும் கொஞ்சம் சதையையும்
வைத்துக்கொண்டு.

புலர்வுகள்

நகரும் முண்டங்களை விடவும்
நகராத பிண்டங்களே
பார்வையைத் திருப்புகின்றன
வழிமுழுவதும்
நாய்கள் இழுத்துவரும்
அழுகல்களின் மீதிகளை
தேடிச் சுமக்கின்றனர் மிஞ்சியவர்கள்.

இமையடிக்கும் ஒவ்வொரு இடைவெளியிலும்
சாவுக்காக நேரமொதுக்கி
எல்லா நடைப்பிணங்களும்
அதற்கான வரவேற்புடன் நகர்கின்றன.

தனித்தவொன்றான பிரக்ஞை ஏதுமற்று
வன்மங்களின் சுட்டுதல்களை
வழிமொழிந்து ஆதரித்து
இன்னுமொரு நாளுக்கான இருத்தல்
உறுதி பெறுகிறது.

கவடுகளுக்கிடையே தலைசெருகி
வானை வாசித்து இகழ்ந்து
தம் பற்களை தாமாகவே கடித்துச் சப்பி

வலிய நகங்களை பிடுங்கி எறிந்து
இறைச்சியால் மட்டுமேயான விரல்களால்
இரத்தம் கசிய

முன்னுள்ளவர் முதுகு சொறிந்து தடவ

முடியுமானவர்களின் வாழ்தலுக்கான
தகமைகளோடேயே புலர்கிறது.

ஒவ்வொரு
சூரிய சந்திரப் புலர்வும்.

குமிழ் உடைந்த பேனா

முழுச்சூரியனை
விழுங்கிச் செரித்த இறுமாப்பு.
அழகாய்
நிலவைப் பெற்றெடுத்த பூரிப்பு.
கோடி நட்சத்திரங்கள் துணைக்கு வந்த தெம்பு.
இப்படியே கட்டி இருளைக் கக்கிக் கொண்டே
ஒரு இரவின் உறக்கம்.

சட்டென எஜமான் போட்ட
மொத்த உப்பின் உரப்பையும் திரட்டி
விசுவாசத்தின் வெளிப்பாட்டுடன்
ஊர் நாய்களின் மிரட்டும் அதட்டல்.
எனக்கு நல்ல பரிச்சயம் உண்டு.
மனித நடமாட்டங்கள் இன்றி
இப்படி உணர்வு
ஊர் நாய்களுக்கு வராது.

காதுகள் விரிந்து கிடந்தன.
இன்னும் சில நிமிடங்களில்...
ஏதோ ஒரு திசையில் வேட்டு ஒலி கேட்கலாம்.
எங்கோ ஒரு வீட்டில் அழுகுரல் முனகலாம்.

குப்பி விளக்கொன்று
வீட்டுப் படலை நோக்கி கண்சிமிட்ட
சில முண்டங்கள் சிணுங்கலுடன் நகர்ந்தன.

தழுதழுத்த குரலில் அடுத்த வீட்டு அம்மா.
என்னுடைய மகனை
எவரோ வந்து கூட்டிப் போறாங்கள்.
கதவோரம் நசுங்கிய விரலாய்
பதற்றத்துடன் அழுதாள்.

எங்கோ ஒரு திசையில்
சில வேட்டொலிகள்.
எல்லோருக்கும் நெஞ்சுக்குள் கனத்தது.
ஞாபகத்திற்கு வந்தது
எப்போதும் அவர் கையில் பேனா இருக்கும்.

இப்படிக்கு, தாய் நிலமின்றிய அண்ணன்.

வீரம் பீறி வெந்தணல் களமாடி
வென்று
வேட்டொன்று மார்பில் தெறிக்க
வீர விதையாகியயென் தம்பி..

தாயகக் கனவுகளோடு சந்தனப்பேழையினனாக
தமிழினமின்று உரிமை வென்றிருக்குமென்று
அங்கொரு தூபியின் அடியில்
தோழரும் நீயுமாய் துயில் கொள்கிறாயா..?

இங்கு
நீறுபூக்க நீயன்று கண்ட
வென்ற களங்கள்
நிலை குலைந்து கரி மேடுகளாயிற்று...
தோழரும் நீயுமாய் இளநீர் உண்டு
உடல் உறங்கிப்போன
சோலை மரங்கள்...
மீண்டும் முன்னரங்கக் காப்பரணில்..

அச்சம் குறையவில்லை..
இன அடக்குமுறையும் தீரவில்லை.
ஆண்டாண்டாய்ப் போர் செய்தோம்.
அழித்தோம். அழிந்தோம்.
விடுதலை என்பதற்கு
விளக்கம் மட்டும் கிடைக்கவில்லை.

சந்தனப்பேழையுள் நீ
விதைக்கப்பட்டதற்காய்
கல்லறை மேடுகள் தான் மீதமாகும் சான்றுகளா?

தாய் நிலம் மீது நீ
வீரங்கொண்டெழுந்தோடி
பாதச்சுவடுகள் பதித்ததன் புண்ணியம்
களப்புதர்களுக்கு மட்டுமே கிடைத்ததா சொல்.

தமிழர் யாருமே..

இப்போதும்
மரநிழலில் இருந்தபடியே
என் ஆச்சி
சருகு பொறுக்கிச் சேர்ப்பாள்.
கேட்டால்
பயிர் வளர உரம் இடுவாளாம்
சிரிப்பு வரும்.
அவள் வாழ்வது அகதி முகாம் என்பது
எப்போதும்
அவளுக்கு நினைவில் வராது.

கைக்குத்து அரிசியோ?
கடைந்த குப்பைக்கீரைக்கறி இல்லையோ?
வீட்டு முற்றத்தில் காற்று வீசல்லையோ?
ஆச்சி அறியாமல் கேட்பாள்.
அவள் கண்ணுக்கு வெளிப்படாது.
வண்டு அரித்த ஊறல் அரிசி தான்
வயிற்றை நிரப்புதென்று.
நீட்டிக் களையாற வேம்பு மரநிழலும்
பனை ஓலைப் பாயும் தான்
அவளுக்கு இப்பவும் வேணும்.

அவளுக்கு உரிமை இருந்தது.
தாய் நிலத்தில் ஆசுவாசமாய் வாழ.
எங்கள் நிலை
இன்று அப்படி இல்லை என்றால்...

வருத்தப்படுவாள்.
அவளோ.. தமிழர்கள் எவருமோ..
அகதிகள் இல்லை என்றே
அவள் எப்போதும் நினைக்கிறாள்.

என் ஊரில் 07.07.90 இல்...

என் நெஞ்சுக்குழியில்
நெருப்பெரித்த 07.07.90 இல்...
காடையர்களிடம் இருந்து
காப்புத் தேடிய போது

எனக்கு பாதுகாப்புத் தந்த
என்னூரின்
பரட்டையாய் பரந்து கிடந்த
பற்றைக்காடுகள்.

அம்மா மடிக்குப் பிறகு
என்னை
பாதுகாப்பாக அரவணைத்து
உறங்க வைத்த
அந்த சருகுப்படுக்கை.

முள் கிழித்து
முதுகின் இரத்தக் கசிவுகள்.
கைரேகைக்குப் பின் என்னுடலில்
அதிக கோடுகளை
அப்போது தான் பார்த்தேன்.

அன்று
என்னவரின் பிணம் எரித்த
தீயின் மீதமும்
காடையரின் செருப்புகளின்

கால் மிதித்த மீதமும்

அந்தக் கொடுமைக்கு
சுவடுகளாய் கிடந்தன.

அப்பனைச் சுட்டதற்காகவும்
அம்மாவை அடித்ததற்காகவும்
அண்ணனைப பிடித்ததற்காகவும்
அக்காவையும் சட்டையையும் கிழித்ததற்காகவும்

ஆத்திரப்பட்டு...
அன்று ஆயுதம் தூக்கிப்போய்விட்ட
என் வயதுக்காரர்கள் தான்
எத்தனை பேர்.

அப்போதெல்லாம்
கோழைகளாய்த் தான்
நானும் சிலரும் இருந்துவிட்டோம்.
அவர்களின்
அத்தனை முகங்களும்
நெஞ்சின் பதிவாயும்
கல்லறையின் ஆழத்திலும்.

உண்மையில் நேற்றையதை எண்ணி
என்னூரில்
அம்மாவைப் போலவே
இன்னும் நிறையப்பேர் அழுகிறார்கள்.

அந்நியமாகும் நிலம்

நீண்டு கொண்டிருக்கிறேன்.
எனக்கு
எல்லாப் பக்கமும் தட்டுதல்கள்.

மனம்
ஒடிந்து மெலியும் அளவிற்கு
நெளிந்து
நான் நீண்டு கொண்டிருக்கிறேன்.

அதனால்...
என் பாதைகள் நெரிசலாகி
நீளமாகி
தூரமாயும் போய்.

என் மண்ணிலிருந்து
வெகுதொலைவாகிறேன்.

என் இனம் விட்டே
வெறுக்கும் விஷம்
எனக்குள் பாய முயற்சிக்கிறது.

என்னூர் நாய்களுக்கே
என் இரத்தமோப்பம் காட்டி
அருவருப்பு ஊட்டப்பட்டிருப்பதால்...

சில பொழுதுகளில்

அவைகளில் சில
என்னை
வெறித்து வெறித்து பார்க்கும்.

அதனால்...
நீண்டுவிடவே நினைக்கிறேன்.

என் மண்ணிலிருந்தே
வெகு தொலைவாகி...
(2006)

கலைக்கப்பட்ட பட்டுவேட்டிக் கனவுகளும் களவாடப்படும் கோவணங்களும்.

நீ.. முதுகை அலங்கரிக்கும்
பட்டுப் போர்வைகளுக்காக அலைந்து திரிகிறாய்.

நானிங்கு..
பருத்திக் கோவணத்தை
காப்பற்றிக்கொள்ளக் கஷ்டப்படுகிறேன்
உனது கவனம்
ஆரோக்கியமான பட்டுப் பூச்சிகளின் மீதே கவிந்துள்ளது.
எமது சிரத்தை எல்லாம்
அரைநாண் அறுந்துவிடாதபடி பிடித்திருப்பதிலும்
அதையின்னும் பலப்படுத்துவதிலும் தேங்கிக் கிடக்கிறது.

நீ.. உனக்குத் தேவையான பட்டுப் பூச்சிகளை
எமது முற்றத்தின் பருத்திகளை தின்று வளரப் பணிக்கிறாய்.
நானின்னும்
அதன் வேர்களுக்கு நீர் ஊற்றி துளிர் வளர்க்கிறேன்.
நீ.. நிலவின் வட்டம் பற்றிப் பேசிக்கொண்டிருக்க
நானதன் குழிகளைப் பற்றி சிந்தித்துக் கொண்டிருக்கிறேன்..

இருளைக் கழுவும் நிலவொளியின்
கரையற்ற பிரகாசத்தில் நனைந்திருக்கும்
எமது முற்றத்தின் மணல்வெளியில்
இன்னும் விரிக்கப்படாதிருக்கும்
தொட்டாச்சுருங்கியின் இலைகளைப் போல
துயின்றிருக்கும்

எமது குமருகளைப் புணரவும்
குடிசைகளைப் பொசுக்கவும் என..
சாணக்கும்பிகளைப் போல இருண்ட திட்டுக்களுடன்
நீ குறிகள் விறைக்கக் குந்தியிருக்கிறாய்.

முன்னையதைப் போலொரு மலர்ச்சிக்கான
எதிர்பார்ப்புடன்
அமைதியான நிமிடமொன்றுக்கான தவிப்புடன்
இன்னும் காத்துக் கிடக்கிறேன்.
உனது பட்டுப் பூச்சிகளில் உருவி எடுக்கப்படும்
பளபளப்பான நார்களால்
எமது கோவணத்தையும் அலங்கரிப்பதற்காக.
(21.12.2010)

கண்ணனற்றுத் திரிதல்

கோபியர்களிடம் திருடிய சேலைளைக் சேர்த்துவைத்து
கண்ணர்கள்
திரௌபதைளைக் காத்தனர்

புதியதொரு குருசேத்திரத்தில்
பீஷ்மர்களும் துரோணர்களும் விதுரர்களுமென
சகுனிகளின் தேர்களை ஓட்டிப் போகின்றனர்.

பாரதர்கள் பகடைகளை எறிந்து
பண்டை நிலங்களை
சகுனிகளிடம் விட்டுப் போயினர்.

துச்சாதனர்கள் பார்த்திருக்க
சகுனிகளிடம் துகில்களைக் களைந்தெறிந்து
கண்ணனற்றுத் திரிகின்றனர்
திரௌபதைகள்.
(26.01.2010)

இன்னும் பிடிக்கிறது

நாகரிகத்தின் அழுத்தங்களை
இப்போது ஆசுவாசிக்க முடியவில்லை.
 திசைக்கொன்றான அதன் நாக்குகள்
மூக்கில் வாய் வைத்துறிஞ்சிக் திணறடிக்கின்றன.

அவசர உலகம்
கண்ணிமைக்கும் நொடியில்
இமை பிடுங்கிப் போய்விடுகிறது.
புருவம் உயர்த்துகையில்

புதியன நுழைவாயிலில்.
பருத்திக்குப் பதிலீடாக எதை மாற்றினாலும்
கோவணத்தை மாற்றிடாத
எனது தாத்தாவை
இப்போது மிகவும் பிடிக்கிறது.
(05.04.2008)

காத்திருப்பு

தூரத்திலொரு வெள்ளி நட்சத்திரம்
தூர்ந்து ஒளிமங்கித் தெரிகிறது.
வீதியோர நியோன் விளக்குகள் அணைக்கப்படாதிருக்கிறது.

அதிகாலை வீதி
மிக மென்மையாகப் புலர்கிறது.
அளவோடு வாகனங்கள் போகின்றன.. வருகின்றன.
அங்கொன்றும் இங்கொன்றுமாக
பலதின் குரல்கள்.

பஸ் தரிப்பிடத்தில்
பிச்சைக்காரியும் நானும் காத்திருக்கின்றோம்.
ஏதோவொன்றிற்காக.
இப்போது... இன்னும் சிலரும்.

அவளின் தட்டின் ஓசைகளுக்கிடையே
அதோ! எனது...
இல்லை.
எங்களில் சிலரின் தூரத்திற்கான வண்டி இரைகிறது.

அவள்
தரிப்பிடத்தில் காத்திருக்கிறாள்.
இன்னும்......................
....
பயணிகள் வரும்வரை.
(29.12.2007)

வாழ்க்கையின் வெளி

கூடியழும் காகங்களின் அலறலும்
தனித்திருக்கும் இன்னொன்றின் கேவலும்
முழுக்கவனத்தையும்
அதன் வழியே இழுத்துப் போகிறது.

ஜன்னலால்ப் பிரிக்கப்பட்ட
எனக்கிடையிலான
அதன் வெளி
நீண்ட அன்னியத்தை மேலும் விரிக்கிறது.

ஒரு வேலை நாளின்
காலை நேர பரபரப்பைப் போல
ஆரவாரத்துடன் தொடங்கும் ஒவ்வொன்றும்
மேலெழும்பும் பூனையினதும்
கவடு இடுக்கில் சுருளும் நாயினதும்
பணிவு வால்களைப் போல
மிக அமைதியான மௌனத்துடன்
புதைந்தும் அமிழ்ந்தும் போகின்றன.

நெடுஞ்சாலையில்ச் செல்லும்
பேரூந்துப் பயணியின்
எச்சில் துப்ப முடியாத அதிருப்தியுடன்
அரைவட்ட அளவான
ஒவ்வொரு பகலின் ஓய்விலும்
நிரம்புகிறது
வாழ்க்கையின் சிறுவெளி.
(06.11.2007)

நிலைத்திருத்தலின் பாடுகள்

வாழ்வின் இச்சைவால் நீண்டு செல்கிறது.

வார்த்தையும் சில நொடிநேர
மௌனமான புன்னகையும் கூட
வெளியை விரிக்கிறது
நம்மிடையே.

இருத்தலுக்கான நிச்சயத்தை
உணரும் வரை
நிலைப்பு என்பது ஊசலாடியபடியே
காலத்தைக் கெஞ்சுகிறது.

மண்ணின் மீது
ஏர்க்கால்களைப் போல ஆழப் பதிந்த உணர்வுகளை
இன்னும் ஆழத்தில் புதைக்கிறார்கள்.
இப்போது மரணத்தின் பின்னர்.
(14.02.2009)

சிலுவை மரங்கள்

நானும் நீயும்
சிலுவையின் இரண்டு மரக்கட்டைகள்.
இணைந்தேயிருந்தாலும்...
உன் பாதையின் குறுக்கே நானும்
என் எண்ணங்களுக்கு முரணாய் நீயும்.
(குறைந்தபட்சக் கோரிக்கைகள் தொகுப்பிலிருந்து 2006)

புலத்தில் வாழும் (சுதேச) நண்பனே

நம் தேசக்காற்றை
சுவாசிக்க ஏங்கும் தேசவிசுவாசியே.

சுதேசம் பறிக்கப்பட்ட
தேசத்தின் ஓரத்தில் நின்றபடி
உனக்கெழுதும் ஓலை இது.

உரிமை மறுக்கப்பட்ட தேசத்தில்
வசிப்பதால்
நான் நலமில்லை.
சம்பிரதாயத்துக்காக...
உன் நலமறிய ஆவல்.

நம் பள்ளி நாட்களில்
நம்மைச் சுமந்த
அத்தனை வீதிகளையும்
அன்று நமக்கு இனிப்புத் தந்த
அத்தனை தெருக்கடைகளையும்

இன்று
தொலைத்துவிட்டு நிற்கிறேன்.

அந்த இடத்தில்

இப்போதும்
நீயும் நானும் உண்ண விரும்பிடாத
தேன்குழல் இனிப்பு வடிவத்தில்
ஏதேதோ பெயர்ப் பலகைகளையே

பார்க்க முடிகிறது.

என்னை
அடையாளம் கண்டு கொள்ளாத
எத்தனையோ மனிதர்கள்.

எனக்குப் புரியாத
ஏதோவொரு மதலைப் பாசையை
பேசிக்கொண்டு.

என்னால் அடையாளப்படுத்த முடியாத
என் வீடும்
அயல்வீட்டுப் பிள்ளைகளும்.
அவர்கள் பார்வையில்
அன்னியன் தோரணையில் நான்.

நண்பனே...
என் தேசத்தில்
நானே அன்னியப்படுத்தப்படுகிறேன்.
விருந்தாளிகளால் விசாரிக்கப்பட்டேன்.

ஓர் நாள் நீ
என்னைத்தேடி நம் தேசம் வந்து
என் கல்லறையை தூசு தட்ட
மயானத்தையே தேடி அலையப்போகிறாய்.

நம் இனம் வாழ்ந்ததை
அடையாளம் காட்ட
நாளை அதுவும் மீதப்படப்போவதில்லை.

என் சுதேச விசுவாசியான நண்பனே...
நாளை நம்தேசம் தேடி
சமாதான நகரில் அலையாதே.

(குறைந்தபட்சக் கோரிக்கைகள் தொகுப்பிலிருந்து 2006)